മംഗളോദയം

പിന്നിലേക്കൊഴുകുന്ന പുഴ

ഡോ. പി.എസ്. രമണി

എറണാകുളം ജില്ലയിൽ കാലടി
വെള്ളാരപ്പിള്ളി ഗ്രാമത്തിൽ ജനനം.
വിദ്യാഭ്യാസം: എം.ബി.ബി.എസ്.,
എം.ഡി., ഡി.എൻ.ബി. ബിരുദങ്ങൾക്കുശേഷം
കേരളത്തിലെ വിവിധ ഗവ. മെഡിക്കൽ കോളേജുകളിൽ
ഗൈനക്കോളജി വിഭാഗത്തിൽ സേവനമനുഷ്ഠിച്ചു.
ഇപ്പോൾ തൃശ്ശൂർ അമല മെഡിക്കൽ കോളേജിൽ
ഗൈനക്കോളജി പ്രൊഫസർ.
വിലാസം: സങ്കീർത്തനം, വിമൻസ് ക്ലബ്ബ് റോഡ്
ചെമ്പൂക്കാവ്, തൃശ്ശൂർ - 680 020
ഫോൺ : 9745635799
Email: drremanips@gmail.com

ഗ്രീൻ ബുക്സ് പ്രസിദ്ധീകരിച്ച
ഗ്രന്ഥകാരിയുടെ ഇതരകൃതികൾ

മയിൽപ്പീലി വിരിയുന്നതും കാത്ത്
ഒരു ഗൈനക്കോളജിസ്റ്റിന്റെ ഡയറിക്കുറിപ്പുകൾ
ഇഴയകലങ്ങൾ
മൃതസാന്ദ്രമീ മൗനം

നോവൽ

പിന്നിലേക്കൊഴുകുന്ന പുഴ

ഡോ. പി.എസ്. രമണി

MANGALODAYAM
an imprint of GREEN BOOKS

MANGALODAYAM
an imprint of GREEN BOOKS

mangalodayam
an imprint of green books private limited
gb building, civil lane road, ayyanthole,
thrissur- 680 003, kerala
ph: +91 487-2381066, 2381039
website: www.greenbooksindia.com
e-mail: info@greenbooksindia.com

branches:
thrissur 0487-2422515
thiruvananthapuram 0471-2335301
calicut 8589095307

malayalam
pinnilekkozhukunna puzha
novel
by
dr p s remani

published october 2023

cover design : s. mahendra

printed in india
manipal technologies ltd

isbn : 978-81-19486-83-0

₹ 160.00
GMGPL/187/2023

സമർപ്പണം

എന്റെ വേറിട്ട വിചാരങ്ങളിലും
ജീവിതവീക്ഷണങ്ങളിലും
എന്നും ഒപ്പം നടന്ന
പ്രിയപ്പെട്ട അച്ഛൻ
എടമന ഗണപതി ശംഭു എമ്പ്രാന്തിരിക്കും
അമ്മ പ്ലാക്കാട്ട് കുഞ്ചിയമ്മയ്ക്കും

ഒന്ന്

എല്ലാവർക്കും എന്തെങ്കിലുമൊക്കെ സ്വപ്നങ്ങളുണ്ടായിരിക്കും. ഒരു സ്വപ്നവുമില്ലാത്ത, ഒരിക്കലെങ്കിലും ഒരു നല്ല സ്വപ്നം കാണാൻ കൊതിക്കാത്ത ആരെങ്കിലുമുണ്ടാവുമോ? ലോ ഫ്ളോർ ബസ്സിന്റെ സൈഡ് സീറ്റിൽ ചാരിയിരുന്ന് വഴിയോരക്കാഴ്ചകളിലേക്ക് കണ്ണുകൾ മലർക്കെ തുറന്നുവെയ്ക്കാൻ ശ്രമിക്കുമ്പോഴും തങ്കത്തിന്റെ മനസ്സ് സ്വപ്നങ്ങളിൽ അലയുകയായിരുന്നു.

“രാവിലെതന്നെ പുറപ്പെട്ടോളൂ. വലിയ തിരക്കുണ്ടാവില്ല. വെയിൽ മൂക്കുന്നതിനുമുമ്പ് വീട്ടിലെത്തുകയുമാവാം.”

ബസ്സിൽ പോകാനുള്ള തീരുമാനം തന്റേതു മാത്രമായിരുന്നു എന്ന് തങ്കമോർത്തു. ബസ് സ്റ്റേഷൻവരെ അദ്ദേഹവും ഒപ്പം ഉണ്ടായിരുന്നു.

ഇവിടെയാവുമ്പോൾ നല്ല കാറ്റു കിട്ടും.

“ചാരിക്കിടന്നുറങ്ങിക്കോളൂ. നേരം വെളുത്താൽ പിന്നെ കാഴ്ചകൾ കണ്ടിരിക്കാലോ. അല്ലെങ്കിൽ ദിവാസ്വപ്നം കാണാം. തനിക്കെപ്പോഴും അതല്ലേ ശീലം. സൂര്യനുദിച്ചാൽ വെയിലടിക്കുകയുമില്ല.”

സൗകര്യമായ സീറ്റിലിരുത്തി, ബസ് പുറപ്പെട്ടതിനുശേഷമാണ് അദ്ദേഹം മടങ്ങിയത്. തങ്കം പുറത്തേക്ക് എത്തിവലിഞ്ഞു നോക്കിക്കൊണ്ടിരുന്നു. കണ്ണിൽനിന്നു മറഞ്ഞപ്പോൾ ഉള്ളിൽ പറയാനാവാത്ത ഒരുതരം വിങ്ങൽ. ഓടുന്ന ബസ്സിനറിയില്ലല്ലോ ആരുടെയും വിരഹവും വേദനയും. ഒരുപക്ഷേ ഈ ബസ്സിന് മറ്റാരേക്കാളുമധികം സമാഗമങ്ങളുടെയും വേർപാടിന്റെയും കഥകൾ പറയാനുണ്ടാവും. പക്ഷേ അതിനു പറയാൻ കഴിയില്ലല്ലോ. ഒരുകണക്കിന് അതൊരനുഗ്രഹമാണെന്നു തോന്നി തങ്കത്തിന്. ആരോടും ഒന്നിനെക്കുറിച്ചും ഒന്നും മിണ്ടാതെ. പറയാനും വയ്യ, പറയാതിരിക്കാനും വയ്യ എന്ന ദുർഗതിയുണ്ടാവില്ലല്ലോ.

ഓരോരുത്തരും എന്തെല്ലാം മോഹങ്ങളും മോഹഭംഗങ്ങളും പേറിയാവും യാത്ര ചെയ്യുന്നത്. എവിടെയെങ്കിലും ഒന്നിറക്കി വെക്കണമെന്നാശിച്ചാലും മനസ്സ് സമ്മതിക്കാതെ, അതിനു കഴിയാതെ, നിസ്സഹായരായ എത്രയെത്ര മനുഷ്യർ. തന്റെ കാര്യവും അതുപോലെയൊക്കെത്തന്നെയല്ലേ. ഇന്നത്തെ ഈ യാത്രയിലും എന്തെന്തു ചിന്താഭാരങ്ങളാണ്!

തീരെ നിനച്ചിരിക്കാത്ത സമയത്താണ് കാർത്തുവിന്റെ ഫോൺ.

"ചിറ്റൂ, ഞാൻ ഒരാഴ്ചയ്ക്ക് നാട്ടിൽ വരാ. ഒന്നു കണ്ടേ പറ്റൂ. ഒന്നു വന്നിട്ടു പോണേ ചിറ്റൂ."

"അതെയതേ. ഒന്നുരണ്ടു ദിവസം ചിറ്റൂന്റെ കൂടെ അറമാതിക്കാലോന്ന് വിചാരിക്കുന്നുണ്ടാവും. കാർത്തുവല്ലേ ആള്." അദ്ദേഹത്തിന്റെ വ്യാഖ്യാനം.

"വെറുതെ ദോഷം പറയരുത്ട്ടോ. അത്രയ്ക്ക് അത്യാവശ്യമില്ലെങ്കിൽ അവളിപ്പൊ ദുബായീന്ന് ഓടിയിങ്ങട് പോര്വോ?"

"താനല്ലാതെ വേറെ ആരെങ്കിലും അവളുടെ താളത്തിന് തുള്ളാൻ നിന്നുകൊടുക്ക്വോ തങ്കം? പിന്നെ... തന്റെ മട്ടു കണ്ടാൽ തോന്നും, അവളുടെ വിളി കേൾക്കാൻ കാത്തിരിക്ക്യായിരുന്നൂന്ന്. എന്തായാലും പുറപ്പെട്ടോളൂ."

ഇനിയിപ്പൊ കാർത്തു വെറുതെ വിളിച്ചതായാലും സാരമില്ല. അവൾക്ക് സന്തോഷമാവും. എനിക്കാണെങ്കിൽ പഴയ ഓർമ്മകളിൽ മേഞ്ഞുനടക്കാൻ ഒരവസരമാവുകയും ചെയ്യും. തങ്കം മനസ്സിൽ കുറിച്ചു. പുലർമഞ്ഞിൽ ഇതൾ വിരിയാൻ തുടങ്ങുന്ന പനിനീർപ്പൂവിന്റെ നേർത്ത സുഗന്ധംപോലെ, ഗൃഹാതുരത്വം തന്നെ പൊതിയുന്നത് തങ്കം തൊട്ടറിഞ്ഞു. ഇറ്റിനിൽക്കുന്ന മഞ്ഞുതുള്ളികൾ ആത്മാവിലേക്ക് കുളിരായി അലിഞ്ഞിറങ്ങുന്ന പ്രതീതി. ഒപ്പം ഓർമ്മകൾ മുള്ളുകളിൽ ഉടക്കി ഉളുക്കി നിന്നു. എന്നിട്ടും പിന്നിലേക്കൊഴുകുന്ന പുഴയായി മനസ്സ്. കാർത്തുവിന്റെ ഒരൊറ്റ ഫോൺ കാൾ. അതാണ് ഇതിനെല്ലാം നിദാനമായത്. അല്ലെങ്കിലും ഇത്ര സ്വാതന്ത്ര്യത്തോടെ വിളിക്കാൻ ആരാ അവൾക്കുള്ളത്. ഭാമേടത്തി മരിച്ചേപ്പിന്നെ എന്തിനുമേതിനും അവൾ അമ്മയുടെ സ്ഥാനത്തല്ലേ തന്നെ കണ്ടിരിക്കുന്നത്. അവർ സീറ്റിൽ ചാരിക്കിടന്നു. സ്വപ്നങ്ങളിലേക്ക് ചാഞ്ഞുറങ്ങാൻ കൊതിച്ചു. പക്ഷേ ഉറക്കം മറ്റൊരു സ്വപ്നമായി വേറിട്ടു നിന്നു.

തനിക്ക് സ്വപ്നങ്ങളുണ്ടായിരുന്നോ? ബാല്യം, കൗമാരം, യൗവ്വനം... എല്ലാ ദശകളിലൂടെയും ഓർമ്മകൾ പരക്കം പാഞ്ഞു.

മറ്റൊന്നും ചിന്തിക്കാനില്ലാതിരുന്ന കുട്ടിക്കാലത്ത്, തന്റെ സ്വപ്നങ്ങളുടെ നിറമെന്തായിരുന്നിരിക്കണം. പുതിയ ഉടുപ്പുകളുടെ നിറപ്പകിട്ടായിരുന്നോ, കണ്ണിൽ കണ്ണിൽ നോക്കാനാവാത്ത സൂര്യന്റെ പൊള്ളുന്ന വെയിലിന്റെ ചുവപ്പു നിറമോ, അതോ കൊച്ചു കൊച്ചു സങ്കടങ്ങളിൽ തന്നോടൊപ്പം നടന്ന് സാന്ത്വനിപ്പിച്ച വെണ്ണിലാവിന്റെ വെണ്മയോ? പൂക്കളുടെ പുൽത്തുമ്പിൽ തൂങ്ങി ആടുന്ന മഞ്ഞുതുള്ളിയുടെ, പിന്നെ ഉത്സവപ്പറമ്പിൽ പറന്നുയർന്ന ബലൂണുകളുടെ, പിറ്റേന്ന് ആളൊഴിഞ്ഞ അമ്പലപ്പറമ്പിൽ ഉതിർന്നുവീണുകിടക്കുന്ന പീലിത്തുണ്ടുകളുടെ, കുപ്പിവളപ്പൊട്ടുകളുടെ... എന്തിന്റെയൊക്കെ നിറങ്ങളായിരുന്നിരിക്കാം.

സ്വപ്നങ്ങൾക്ക് രുചിയുണ്ടെങ്കിൽ, നാവിലലിഞ്ഞലിഞ്ഞ് ചുമപ്പും മഞ്ഞയും ഓറഞ്ചും നിറങ്ങൾ ശേഷിപ്പിക്കുന്ന നാരങ്ങമിഠായി – മഞ്ഞുരുകിയിറങ്ങുന്നതുപോലെ നാവിൻതുമ്പത്തുനിന്ന് തൊണ്ട മുതൽ താഴേക്ക് കുളിർമ്മയായി പടരുന്ന ഐസ് സ്റ്റിക് അങ്ങനെ എന്തെല്ലാം?

അന്നും ഇന്നും തന്റെ അത്ഭുതമായി ശേഷിക്കുന്ന തീവണ്ടി – അതിൽ ഒറ്റയ്ക്കൊരു യാത്ര. സ്വപ്നങ്ങളിലെവിടെയോ മറഞ്ഞിരിക്കുകയാണെന്ന് തങ്കത്തിനറിയാം. അത്ഭുതം മാത്രമാണോ? ഒറ്റയ്ക്കൊരു യാത്രയെക്കുറിച്ച് ഓർക്കുമ്പോൾതന്നെ പേടിയാണ്. ആദിയുമന്തവുമില്ലാത്ത ഒരു ഋതുരേഖയിലൂടെ വളഞ്ഞും പുളഞ്ഞുമൊഴുകുമ്പോൾ, ആർക്കും തടഞ്ഞുനിർത്താനാവാതെ. തുടക്കവും ഒടുക്കവും ഇടത്താവളങ്ങളും എല്ലാം മുമ്പേതന്നെ നിശ്ചയിക്കപ്പെട്ടിരിക്കുന്നു. ആർക്കും മാറ്റിമറിക്കാനാവാത്ത നിയതിയുടെ നിയോഗങ്ങൾപോലെ!

ഇതൊക്കെ യഥാർത്ഥത്തിൽ സ്വപ്നങ്ങളാവുമോ? എല്ലാം ചെറിയ ചില മോഹങ്ങൾ മാത്രം. വലിയ ഒരു സ്വപ്നമെന്നു വിശേഷിപ്പിക്കാൻ എന്തെങ്കിലും... തങ്കം വീണ്ടും ഓർമ്മയിൽ പരതി. ഏതെങ്കിലും മുക്കിലോ മൂലയിലോ ഒരു മഹാസ്വപ്നത്തിന്റെ ശേഷിപ്പുകൾ എന്തെങ്കിലും? ഉത്തരം കണ്ടെത്തിയ മട്ടിൽ അവർ സീറ്റിൽ അല്പനേരം നിവർന്നിരുന്നു. അതേ, അതുതന്നെ. തന്നെ നിരന്തരമായി അലട്ടുന്ന, അലോസരപ്പെടുത്തുന്ന ആ വലിയ സ്വപ്നം – ജാതിമതങ്ങൾക്കതീതമായ ഒരു ലോകം – ഒരു സമൂഹം.

എല്ലാവരും സ്വപ്നം കാണാറില്ലേ. ജാതിമതഭേദങ്ങളില്ലാതെ എല്ലാ മനുഷ്യർക്കും സ്വപ്നങ്ങളില്ലേ. തങ്കത്തിന്റെ വിചാരവീചികൾ മറ്റൊരു ദിശയിലേക്ക് ചാഞ്ഞു. സ്വപ്നങ്ങൾക്ക് ജാതിയുണ്ടാവുമോ? ബ്രാഹ്മണസ്വപ്നം – മാപ്പിളസ്വപ്നം എന്നൊക്കെ? കടലിലെ

വെള്ളം കുപ്പിയിൽ നിറച്ചാൽ അതൊക്കെ കുപ്പിവെള്ളം മാത്രം. മറ്റു പാത്രത്തിലാക്കിയാൽ അതിന്റെ ആകൃതി. പക്ഷേ പുറത്തേക്കൊഴുക്കിക്കളഞ്ഞാൽ വെറും വെള്ളം. വീണ്ടും കടലിലലിയുകയും ചെയ്യും. എന്നാൽ സ്വപ്നം കാണുന്നവരുടെ ജാതിയും മതവും സ്വപ്നങ്ങൾക്ക് ബാധകമാവുമോ? ഓരോ സ്വപ്നത്തിനും ഓരോ ജാതി. ഓർത്തപ്പോൾ തങ്കത്തിനു ചിരിയടക്കാനായില്ല. പക്ഷേ വെറുതെ ചിരിച്ചുതള്ളാനാവുന്നതാണോ ഇത്തരമൊരു സമസ്യ?

എന്നു മുതലാണ് ഒരു ജാത്യേതര സമൂഹം - ലോകം - തന്റെ സ്വപ്നങ്ങളെ ആവേശിച്ചത്. വ്യക്തമായറിയില്ല. കുട്ടിക്കാലത്ത് അത്തരം വലിയ കാര്യങ്ങളൊന്നും ചിന്തിക്കാറില്ലായിരുന്നല്ലോ. എന്നിട്ടും ചില ഓർമ്മച്ചിത്രങ്ങൾ മായ്ച്ചുകളയാനാവാതെ മനസ്സിൽ തെളിഞ്ഞുനിൽക്കുന്നതു കണ്ട് തങ്കം അസ്വസ്ഥയായി. അവർ വീണ്ടും ചാരിയിരുന്നു, കണ്ണുകളടച്ചു, ഉറക്കം നടിച്ചു.

അരയിൽ നിറം മങ്ങിയ ഒറ്റത്തോർത്തു മാത്രം. തലയിൽ പാള ത്തൊപ്പിയും തോളിൽ തൂമ്പയുമായി വഴിയോരം ചേർന്നു നടക്കുന്ന കണ്ടൻ കോരൻ. അകലെ മേലാളന്റെ നിഴൽ കാണുമ്പോഴേക്കും വെട്ടുവഴിയുടെ അരികു ചേർന്ന്, തൊട്ടാവാടിയും കൊടുത്തൂവയും തിങ്ങിവളർന്നു നിൽക്കുന്ന കുറ്റിക്കാട്ടിനുള്ളിൽ പതുങ്ങുന്ന കണ്ടൻ കോരൻ. ദൃഷ്ടിക്ക് അഗോചരമാവുന്ന പൊരുൾ പോലെ. വഴി വിജനമാവുമ്പോൾ മാത്രം മെല്ലെ ഇഴഞ്ഞു പുറത്തു വരുന്ന ജീവാത്മാവ്.

ഓണക്കാലത്ത് കുട്ടയും വട്ടിയും പൂക്കൂടയുമായി പടിക്കലെത്തുന്ന തളരി. കാഴ്ചദ്രവ്യങ്ങൾ പടിക്കു പുറത്തുവെച്ച് തമ്പ്രാട്ട്യേ... എന്ന് ഉറക്കെ വിളിക്കുന്നത് കാതിൽ ഇപ്പോഴും പ്രതിദ്ധ്വനിക്കുന്നുണ്ടോ? പിന്നെ വിളിപ്പാടകലെ, കഴിയുന്നത്ര കാണാമറയത്ത് മാറിനിൽക്കുന്ന കാഴ്ച. ഓണവിഭവങ്ങൾ പടിക്കു പുറത്തുതന്നെ വെച്ച് അമ്മ അകത്തേക്ക് കയറിയാലേ, തളരി രംഗപ്രവേശം ചെയ്യൂ. അപ്പോഴൊക്കെ ഓടിക്കളിച്ചു നടന്ന തന്റെ മനസ്സ് ഒരു നിമിഷത്തേക്കെങ്കിലും പരുക്കൻ കല്ലിൽ തട്ടിത്തടഞ്ഞു നിന്നു പോയിട്ടുണ്ട്. എങ്ങനെ, എന്തുകൊണ്ട്, എന്തിനാണ് ഈ വേർതിരിവ്? ആരായിരിക്കും, എന്തായിരിക്കും കണ്ടൻ കോരനെയും തളരിയെയും നമ്മളിൽനിന്ന് അകറ്റിനിർത്തുന്നത്?

തന്റെ ചോദ്യങ്ങൾക്ക് മതിയായ ഒരുത്തരം ഒരിക്കലും കിട്ടിയിട്ടില്ലല്ലോ. “അസത്തേ! കൂട്ടിത്തൊട്ട് അയിത്താക്കണ്ട.”

അതിൽ കവിഞ്ഞ് മറ്റൊരു മറുപടിയും.

“സ്റ്റോപ്പെത്തി. ഇറങ്ങുന്നില്ലേ?”

കണ്ടക്ടറുടെ പരുക്കൻ സ്വരം കേട്ട് തങ്കം ഞെട്ടിയുണർന്നു. അയ്യോ, കാർത്തുവിനെ വിളിച്ചില്ല. എത്താറാവുമ്പോൾ വിളിച്ചാൽ മതി. ഞങ്ങൾ ബസ്സ്റ്റോപ്പിൽ കാത്തുനിൽക്കും എന്ന് അവൾ പറഞ്ഞിരുന്നതാണ്. ഓരോ ആലോചനയിൽ അക്കാര്യം പാടേ മറന്നുപോയി.

“വേഗം വേഗം. ഒന്നിറങ്ങിക്കേ.” കണ്ടക്ടർ തിരക്കുകൂട്ടി. അയാളെ കുറ്റം പറയാനാവില്ലല്ലോ. ജീവിക്കാൻ വേണ്ടിയുള്ള നെട്ടോട്ടമല്ലേ.

ബാഗിലെവിടെയോ ഒളിച്ചിരിക്കുന്ന ഫോൺ തപ്പിയെടുത്ത് വിളിക്കുമ്പോൾ, കാർത്തുവിന്റെ പൊട്ടിച്ചിരി തന്നെ തൊട്ട് തൊട്ട്.

ഇവളെന്തിനാണ് അത്യാവശ്യമായി തന്നെ കാണണമെന്ന് പറഞ്ഞത്. ഫോൺ ചെയ്യുമ്പോൾ അവൾക്ക് എന്തോ അത്യാഹിതം സംഭവിച്ച മട്ടുണ്ടായിരുന്നു. എന്നിട്ടിപ്പോൾ എന്താ ഒരു ചിരി. ഈ പെണ്ണിന് വല്ല കുഴപ്പോം? തന്നെ വെളുതെ വിളിച്ചുവരുത്തിയതാവും. അവളുടെ ഒരഹങ്കാരം. മനസ്സു പുറത്തു കാണിക്കാതെ തങ്കം ചിരിച്ചു.

“നീയെന്നെ പറ്റിച്ചു അല്ലേ കാർത്തൂ?”

ഒന്നും മിണ്ടാതെ അവൾ ബാഗ് വാങ്ങി തോളിലിട്ട് ഒപ്പം നടന്നു.

“നിന്റെ മോളെ കണ്ടില്ലല്ലോ. അവള് വന്നില്ലേ?”

“ഉവ്വുവ്വ്. കിട്ടിയ നേരം കാറിലിരുന്ന് ഉറങ്ങുന്നുണ്ടാവും. അതങ്ങനത്തെ ഒരു സാധനം.”

“ഇങ്ങനെയൊന്നും പറയല്ലേ കാർത്തൂ. ഭാനു നല്ല കുട്ടിയല്ലേ.”

“ഹും! നല്ല കുട്ടി.” കാർത്തു മനസ്സിൽ തോന്നിയ വികാരം പുറത്തു കാണിക്കാതിരിക്കാൻ ബദ്ധപ്പെടുന്നതായി തോന്നി.

രണ്ട്

കാർത്തുവിന്റെ ഉത്സാഹം ഒന്നു വേറെത്തന്നെയായിരുന്നു. കാറിൽ കയറിയപ്പോൾ മുതൽ അവൾ വാതോരാതെ സംസാരിച്ചുകൊണ്ടിരുന്നു.

"ചിറ്റൂനറിയ്യോ? നമ്മുടെ പുഴയ്ക്കു മീതെ ഒരു നെടുങ്കൻ പാലം വന്നു."

"കേട്ടിരുന്നു."

"ഇപ്പൊ എന്തെളുപ്പാന്നറിയ്യോ?"

പിന്നെയും അവളെന്തൊക്കെയോ പറയുന്നുണ്ടായിരുന്നു. നാട് പുരോഗമിക്കുന്നതിന്റെ അഭിമാനവും ആവേശവും അവളുടെ വാക്കുകളിൽ തുളുമ്പി നിന്നു.

തങ്കം പുറത്തേക്കു നോക്കിയിരുന്നു. കാർ പാലത്തിൽകൂടി ഒഴുകുകയാണെന്നു തോന്നി, മറ്റൊരു പുഴപോലെ. ഇരുവശത്തും ഉയരത്തിലുള്ള കൈവരികൾ. പലയിടത്തും ആളുകൾ പലരും ആ കൈവരിയിൽ ചാരിനിന്ന് പുഴയെ കണ്ണെറിയുന്നുണ്ടായിരുന്നു. ചിലർ അതിന്റെ മുകളിൽ കയറിയിരുന്ന് വീരശൂരപരാക്രമം കാണിച്ചു. പലരും കടലാസുകുമ്പിളിൽ പൊതിഞ്ഞ കപ്പലണ്ടി എണ്ണിയെണ്ണി കൊറിച്ചുകൊണ്ടിരുന്നു. മറ്റു ചിലർ സെൽഫിയുടെ ഹരത്തിലാണ്.

കാർത്തുവിന്റെ ഭാഷയിൽ ഒരു നെടുങ്കൻ പാലം. പക്ഷേ തങ്കത്തിന് ഉള്ളിലെവിടെയോ ഒരു നീറ്റൽ. പുഴയുടെ ആത്മാവിനെ നെടുകെ കീറിമുറിച്ചു പോകുന്ന പാലം. ഒന്നായിരുന്നതിനെ രണ്ടായി കണ്ടതുപോലെ. അരുതുകൾ അറിയാതെ, എന്നാൽ അതിരുകൾ മറക്കാതെ പരന്ന് പടർന്ന് ആടിയുലഞ്ഞ് ഒഴുകിയിരുന്ന പുഴ. പാലം അതിന്റെ സ്വത്വത്തെത്തന്നെ പകുത്തിരിക്കുകയാണല്ലോ.

"ഇവിടെ ഇത്തിരി ഒന്നു നിർത്തിയാലോ കാർത്തൂ?"

"നല്ല ഭംഗി. ചിറ്റൂന് കവിത വരണുണ്ടാവും ഇല്ലേ?" മറുപടി മറുചോദ്യമായി.

"നമുക്ക് ആ എറക്കത്തിൽ നിർത്തീട്ട് ഇങ്ങട് നടക്കാം. അതാ നല്ലത്."

ദാമു വേഗത്തിലോടിച്ച് പാലത്തിനോട് ചേർന്നുള്ള പാതയിൽ വണ്ടിയൊതുക്കി. എല്ലാവർക്കും ഓരോ പൊതി ചുടുകപ്പലണ്ടി വാങ്ങാനും മറന്നില്ല. തിരിച്ചു പാലത്തിലേക്കു നടക്കുമ്പോൾ, തങ്കത്തിന്റെ ഓർമ്മകൾ താനേ പടം പൊഴിക്കുകയായിരുന്നു. പാലത്തിന്റെ കൈവരിയിൽ ചാരി, പുഴയുടെ പീളയടിഞ്ഞ മിഴികളിലേക്കും തലമുറകളെ ഊട്ടിവളർത്തി, ഒട്ടിയുണങ്ങിയ മാറിലേക്കും നോക്കി അവർ നെടുവീർപ്പിട്ടു. ശ്വാസത്തിന് എന്തെന്നില്ലാത്ത ചൂട്.

"കുറച്ചു ദിവസമായി തിമർത്തു പെയ്യുന്ന മഴയായിരുന്നു." കാർത്തു പറഞ്ഞു.

എന്നിട്ടും പുഴയുടെ മുഖം തെളിഞ്ഞിട്ടില്ല. മനസ്സ് കലങ്ങിക്കുറുകിക്കിടക്കുകയാവാം. തുറന്നു ചിരിക്കാനാവാതെ. എല്ലാവരേയും വാത്സല്യത്തോടെ തൊട്ടുതഴുകിത്തലോടാനാവാതെ.

കാറ്റിന് വല്ലാത്ത ഈർപ്പം. ഇനിയും പെയ്തൊഴിയാനുണ്ട്. പോയി വരട്ടെ എന്ന് മഴമേഘങ്ങൾ യാത്രാമൊഴിയുമായി വന്നതാവാം. അവിടവിടെ ഒന്നുരണ്ടു തുള്ളികൾ തൊട്ട് തൊട്ട്, എങ്ങും തങ്ങാതെ കാറ്റിലലഞ്ഞു.

* * *

ഓർമ്മയിൽ മേൽവിലാസങ്ങളില്ലാതെ, ആരുമല്ലാത്ത ആരുമറിയാത്ത ആ പഴയ പെൺകുട്ടി കടവിൽ തോണി കാത്തുനിന്നു. വഞ്ചി അക്കരെ നിന്ന് തിരിക്കുന്നതേയുള്ളൂ. ഒരു ചെറിയ കടലാസുവഞ്ചിപോലെ, കടത്തുകാരൻ, അങ്ങ് ദൂരെ.. ഒരാൾരൂപം മാത്രം. അസ്തമയം വൈകിയാണെന്നു തോന്നുന്നു. അവൾ കരയിൽനിന്ന് അല്പം കൂടി ഇറങ്ങി. പുഴയിലെ തെളിവെള്ളത്തിൽ മെല്ലെ കാൽ നനച്ചു. തോളിൽ തൂങ്ങിയിരുന്ന ബാഗ് മണലിൽ ഇറക്കിവെച്ച്, ഒരു കുടന്ന വെള്ളമെടുത്ത് മുഖം കഴുകി. കണ്ണാടിപോലെ തിളങ്ങുന്ന പുഴ, പഞ്ചാരമണലും വെള്ളാരങ്കല്ലുകളും അസ്തമയസൂര്യന്റെ പ്രഭയിൽ മിന്നിനിന്നു. അല്പനേരം കുനിഞ്ഞ് കൈക്കുമ്പിളിൽ പുഴയെ ആവാഹിച്ചു. വെള്ളിപോലെ, പരൽമീൻ കുഞ്ഞുങ്ങൾ കൈവെള്ളയെ ചുംബിച്ച്, ഊളിയിട്ടു കളിക്കുകയാണ്. ശാന്തമായി ഒഴുകുന്ന പുഴയുടെ ചേലയിൽനിന്ന് പിടിവിടാതെ പരസ്പരം

കിന്നാരം പറഞ്ഞും പൊട്ടിച്ചിരിച്ചും കുഞ്ഞോളങ്ങൾ. കൊഞ്ചിക്കുഴ ഞ്ഞോടിക്കളിക്കുന്ന മക്കളെപ്പോലെ. അവയെ തഴുകി വരുന്ന കാറ്റിന്റെ കുളിരിൽ പെൺകുട്ടി ക്ഷീണം മറന്നു.

നാലുമണിക്ക് ക്ലാസ് കഴിഞ്ഞാണ് പുറപ്പെട്ടത്. കോളേജിൽനിന്ന് മെയിൻ റോഡിലെത്താൻ രണ്ടു കിലോമീറ്ററിലധികം നടക്കണം. വെട്ടുവഴി മിക്കവാറും വിജനം - ഇരുവശവും റബ്ബർതോട്ടങ്ങൾ മാത്രം. ബാഗും തൂക്കി ശരംവിട്ടപോലെ ഒറ്റയ്ക്ക് ഒരു നടപ്പ്. അപ്പോൾ പോന്നാലേ, ഇരുട്ടുകുത്തുന്നതിനുമുമ്പ് നാട്ടിലെത്തൂ. എം.സി. റോഡിലൂടെ വല്ലപ്പോഴും ഓടുന്ന 'ആനവണ്ടി' മെഡിക്കൽ കോളേജ് സ്റ്റോപ്പായതിനാൽ എന്തായാലും നിർത്താതിരിക്കില്ല.

പുഴയുടെ അക്കരെയാണ് ബസ്സ്റ്റോപ്പ് (പാലം ഇപ്പോഴാണല്ലോ പ്രത്യക്ഷപ്പെട്ടത്) ബസ്സിറങ്ങുമ്പോൾ മാനം ഇരുണ്ടുതുടങ്ങിയിരുന്നു. കടത്തുകാരൻ പോയിട്ടില്ല. പക്ഷേ അയാൾ ഇനി തിരിച്ച് തുഴയാതിരിക്കുമോ? എങ്കിൽ പിന്നെ എന്തു ചെയ്യുമെന്ന് പരിഭ്രമിച്ചു നിൽക്കുമ്പോൾ മറ്റാരൊക്കെയോ കടവിലെത്തി. ആരോ ഒരാൾ ഉറക്കെ കൂവി. കടത്തുകാരനെ ഉണർത്തി. എന്തായാലും ഒറ്റയ്ക്കല്ലല്ലോ. കടത്തുവഞ്ചി വരാതിരിക്കില്ല. പെരിയാർ, ആ പെൺകുട്ടിയുടെ മനോവ്യാപാരങ്ങളറിയാതെ നിസ്സംഗയായി ഒഴുകി. അതാണല്ലോ എന്റെ ധർമ്മം എന്ന മട്ടിൽ.

വഞ്ചി തുഴയൂന്നി നിർത്തി.

"വേഗം കയറി ഇരുന്നോളൂ."

കൂടെ കാത്തുനിന്നവർ ബാഗ് എടുത്ത് അടുത്തുതന്നെ വെച്ചു തന്നു. അറിയാവുന്ന ആരെങ്കിലും ഉള്ളതായി തോന്നിയില്ല. തുഴ വകഞ്ഞുമാറ്റുന്ന ജലപ്പരപ്പിലേക്ക് നോക്കി മിണ്ടാതെയിരുന്നു. ഇരുവശങ്ങളിലും പതഞ്ഞുപൊങ്ങിച്ചിതറുന്ന മുത്തുകളെ ഒന്നു തൊട്ടാലോ എന്ന് ആർത്തി. പക്ഷേ തന്റെ ചെയ്തി വള്ളക്കാരന് അസ്കിതയുണ്ടാക്കിയാലോ. കുനിഞ്ഞ് വെള്ളം തൊടുമ്പോൾ വഞ്ചി ഒന്നുലഞ്ഞാൽ, ഒന്നു ചരിഞ്ഞാൽ... വേണ്ട.

"ഡോക്ടറുകുട്ടി വരണവഴിയാ, അവധി വല്ലതുമുണ്ടോ?"

വേലായുധനാണ്, ഇപ്പോൾ കടത്തു കടത്തുന്നത്.

"ഒന്നൂല്യ. നാളെ ഞായറല്ലേ?"

"ഇനി ഇത്രേം താമസിച്ച് വരണ്ടാട്ടോ. ഇരുട്ടായി. അക്കരെ എറങ്ങ്യാ പിന്നേം നടക്കാനുണ്ടല്ലോ."

"ക്ലാസ് കളയാണ്ട് പോരാമെന്ന് കരുതി. അതാ."

"ആ... അതു നന്നായി. വല്യ വെഷമൊള്ള പഠിപ്പല്ലേ. ഹാജര് കളയണ്ട."

വേലായുധന് അത്രേ അറിയൂ.

പുഴ കടന്നെത്തിയപ്പോൾ നന്നായി ഇരുട്ടിയിരുന്നു. ബാഗ് എടുത്ത് കൈയിൽ തന്ന് വേലായുധൻ ഓർമ്മിപ്പിച്ചു.

"വേഗം നടന്നോളൂ."

എങ്ങും ഇരുട്ടു മാത്രം. ഇടംവലം നോക്കാതെ വെച്ചുപിടിച്ചു. "ഈശ്വരാ കാത്തോളണേ..."

* * *

"ചിറ്റൂ, നമുക്ക് പോണ്ടേ? എന്തൊരാലോചനയാ ഇത്? ദേ, മുഴുവനും നനഞ്ഞു."

കാർത്തു തോളിൽ തട്ടി വിളിച്ചപ്പോഴാണ് പരിസരബോധമുണർന്നത്.

"നല്ല മഴ അല്ലേ, പോവാം."

കാറിലേക്കു നടക്കുന്നതിനിടയിൽ, പുഴയെ ആവോളം വലിച്ചു കുടിച്ചു. പക്ഷേ ഇത് അന്നത്തെ പുഴയല്ലല്ലോ. കണ്ണീരുപോലെ തെളിഞ്ഞ് കളങ്കമില്ലാതെ - നിർമ്മമായി ഒഴുകിയിരുന്ന പഴയ പുഴ - ഇതതല്ല. കറുത്ത് കലങ്ങി, ഓളങ്ങളില്ലാതെ... പുഴയുടെ ഉള്ളു കാണാൻ കഴിയുന്നില്ലല്ലോ. അതിന്റെ ആഴമറിയാനും. പുഴയിൽ ഇപ്പോൾ മീനുകളുണ്ടാവുമോ? ഒന്നിനേയും പുറത്തു കാണുന്നില്ല. അവരും കളിചിരി മറന്നുകാണുമോ? കരയിൽ പഴയതുപോലെ തെളിമണലില്ല. പുഴയുടെ നെഞ്ചിൽ പാൽ നുരയുമില്ല. എങ്ങും മടുപ്പിക്കുന്ന മൂകത, ഇരുട്ടിനു കട്ടികൂടുന്നുവെന്നു തോന്നി.

"ചിറ്റൂന് ഇവിടന്ന് പോരണന്നില്യ അല്ലേ?"

കാർത്തുവിന്റെ ചോദ്യം, കലങ്ങിയ മനസ്സിനെ വീണ്ടും ഇളക്കി മറിച്ചു. തെളിയാൻ വിടാതെ.

"പാലം വന്നത് നല്ല സൗകര്യായില്ലേ? പണ്ട് നമ്മള് വഞ്ചീലല്ലേ അക്കര പോയിക്കൊണ്ടിരുന്നത്? ഓ... ആ കുന്ത്രാണ്ടത്തിലിക്കുമ്പോ പേടിച്ചിട്ട് വയ്യ. പുഴയുടെ നടുക്കെത്തുമ്പൊ ഇപ്പൊ മുങ്ങ്യാലോന്നാ പേടി. ഇതിപ്പൊ നന്നായി. ഇല്ലേ ചിറ്റൂ?"

"അതെ. ഈ കടവും കടത്തുവഞ്ചിയും പുഴയും ഒക്കെ എന്ത് മനോഹരമായിരുന്നൂന്ന് ഇത്ര പെട്ടെന്ന് മറന്നോ നിയ്യ്? ഞാനാലോചിക്ക്യാരുന്നു."

"എന്ത്?"

"ഒരു രാത്രിയിൽ ഇവിടെ കടത്തിറങ്ങിയത്."

"എന്നിട്ട്?"

"എന്നിട്ടെന്താ?"

"അപ്പോഴല്ലേ നീയെന്നെ വിളിച്ചുണർത്തിയത്, പോവാന്ന് പറഞ്ഞ്. ആ... നമുക്ക് പോവാം."

"പറ ചിറ്റൂ. അന്ന് കടത്തിറങ്ങിയിട്ട്?"

ഇത്തവണ ഭാനു ഏറ്റെടുത്തു.

"എന്താണ്ടായേ?"

"നല്ല ഇരുട്ടായിരുന്നു. മാനം കറുകറെ കറുത്ത പുതപ്പിട്ടു പുതച്ച് ഉറങ്ങാൻ കിടന്നു."

"ഓ... ഈ ചിറ്റൂന്റെ ഒരു കവിത. എന്താന്ന് പറയ് ചിറ്റൂ."

"വഴിയിൽ ഒരു ജീവജാലമില്ല. വഞ്ചിയിൽ നിന്നിറങ്ങി അക്ഷരാർത്ഥത്തിൽ ഞാൻ ഓടുകയായിരുന്നു."

"ഒറ്റയ്ക്കോ?" ഭാനുവിന് അത്ഭുതം.

"അല്ലാണ്ടേ? അന്നൊക്കെ കോളേജിൽ പോക്കും വരവും എല്ലാം ഒറ്റയ്ക്കാണ്. അല്ലെങ്കിൽതന്നെ ആരാണ്ടായിരുന്നേ കൊണ്ടാക്കാൻ. അതല്ല, കാശുചിലവും."

"ചിറ്റൂന് പിന്നെ ഭയങ്കര ധൈര്യാണല്ലോ, എല്ലാത്തിനും."

അവളെന്തിനാ 'എല്ലാത്തിനും' എന്നു ചേർത്തത്. അതിൽ ഒരു ചെറിയ കൊളുത്തില്ലേ എന്ന് തങ്കത്തിനു തോന്നാതിരുന്നില്ല. പക്ഷേ ഒന്നുമറിയാത്തപോലെ നടിച്ചു.

"അതെയതെ. ഒരുതരം ബോധധോല്യായ. അന്ന് വീട്ടിലെത്തിയപ്പോൾ അമ്മ പറഞ്ഞതും അതുതന്നെയായിരുന്നു. ഇത്രേം ബോധധോല്യാണ്ടായല്ലോ നിനക്ക് എന്ന്."

"ബാക്കി പറയ് ചിറ്റൂ." ഭാനു കെഞ്ചി.

"നിനക്കോർമ്മയില്ലേ കാർത്തൂ. ഈ വഴിയുടെ ഇരുവശവും കണ്ണെത്താദൂരത്തോളം പാടമായിരുന്നു. ഇന്നത്തെപ്പോലെ കടകളും വഴിവിളക്കുകളും ഒന്നുമില്ലാത്ത കാലം. മാനത്ത് ഒരു നക്ഷത്രം പോലുമില്ല. ഇടയ്ക്ക് ഒന്നുരണ്ടു മിന്നാമിനുങ്ങുകൾ വട്ടമിട്ടു പറന്നു പോയി. അതുതന്നെ വലിയ ആശ്വാസമായിരുന്നു."

"ഈ ചിറ്റൂന്റെ ഒരു കാര്യം. ഈ രാത്രിയിൽ എന്തിനാ? ഞാനാണെങ്കിൽ പേടിച്ചു വിറച്ച് ചത്തുപോയേനേ."

“അത് ശരിയാണ്. ഇത്തിരി നേരം. കറന്റുപോയ സമയത്ത് ഞാൻ കണ്ടിട്ടുള്ളതല്ലേ നിന്റെ ധൈര്യം.” കാറിൽ കൂട്ടച്ചിരിയുയർന്നു.

“കഥ പറയ് ചിറ്റൂ.” ഭാനു ഉത്സാഹത്തിലാണ്.

“കുറച്ചു ദൂരം നടന്നപ്പോൾ തോന്നി ആരോ ഒരാൾ തന്നെ പിന്തുടരുന്നുണ്ടെന്ന്. ആ തോന്നൽപോലും തന്നെ ആകമാനം തളർത്തിക്കളഞ്ഞു. എന്റെ നെഞ്ചിടിപ്പ് എനിക്കുതന്നെ അരോചകമായി തോന്നി. പെരുവിരലിൽനിന്ന് ഒരു തരിപ്പ് കുണ്ഡലിനിവരെ അരിച്ചുകയറി. ഒരടിപോലും നടക്കാനാവാതെ തളരുന്നതുപോലെ. ഒരു നിമിഷം! സകലശക്തിയുമെടുത്ത് കാലുകൾ ആഞ്ഞു വലിച്ചു വെച്ചു നടന്നു. സർവ്വദൈവങ്ങളേയും ഉള്ളമുരുകി വിളിച്ചു. മറ്റാരും കേൾക്കാതെ. പക്ഷേ മനസ്സും ശ്രദ്ധയും പുറകിലായിരുന്നു. തന്റെ നടപ്പിന്റെ വേഗത്തിനനുപാതമായി നിഴൽപോലെ പുറകിലാരോ. തിരിഞ്ഞുനോക്കാൻ ധൈര്യമുണ്ടായില്ല. ഓടാനും.”

“എന്റീശ്വരാ. ഞാനാണെങ്കിൽ എപ്പൊ ബോധം കെട്ടൂന്ന് ചോദിച്ചാ മതി.” ചിരിക്കിടയിലും കാർത്തുവിന്റെ കണ്ണുനിറഞ്ഞു.

ദാമു നിശ്ശബ്ദനായ കേൾവിക്കാരനായിരുന്നു. അതോ അയാൾ ഒന്നും കേൾക്കുന്നില്ലെന്നുണ്ടോ? അയാളുടെ പ്രാണൻ വണ്ടിയിലാണ്. അതു മാത്രമാണ് അയാളുടെ ലോകം.

“എന്നിട്ട്?” ഭാനു ചോദിച്ചുകൊണ്ടിരുന്നു.

“എത്ര നടന്നിട്ടും വീടെത്താത്തതുപോലെയായിരുന്നു. ദൂരം കൂടിയതുപോലെ. ഓടണമെന്ന വിചാരം ശക്തമായി. പക്ഷേ പുറകിലുള്ളയാളും ഒപ്പം ഓടിയാലോ. അതോ തിരിഞ്ഞുനിന്ന് രണ്ടു വാക്ക് പറയണോ? അപ്പോഴും അയാൾ എങ്ങനെയാണ് പ്രതികരിക്കുക എന്നറിയില്ലല്ലോ. ഒടുവിൽ മനസ്സിൽ ‘അർജ്ജുനപ്പത്ത്’ ഉരുവിട്ട് ധൃതിയിൽ നടന്നു. വീട്ടിലെത്തുമ്പോഴും നെഞ്ചിലെ കിതപ്പ് കുറഞ്ഞിട്ടില്ലായിരുന്നു.”

“നീയെന്താ വല്ലാണ്ട് അണയ്ക്കണുണ്ടല്ലോ. ഓട്യോ? അതോ വല്ലതും കണ്ട് പേടിച്ചോ?”

അമ്മയുടെ സ്വരത്തിൽ ആധിയുണ്ടായിരുന്നു. ഒപ്പം ശാസനയുടെ മൂർച്ചയും.

“ഇത്രേം ഇരുട്ടീട്ട് പുറപ്പെടല്ലേന്ന് പറഞ്ഞാ കേൾക്കില്ല. ആരിരിക്കുന്നു കൊണ്ടുവരാനും കൊണ്ടാക്കാനുമൊക്കെ?”

സ്വന്തം പരിമിതികൾ നന്നായി അറിയാമെങ്കിലും, നിസ്സാഹയതയുടെ ചില നിമിഷങ്ങളിൽ അമ്മ ആരോടെന്നില്ലാതെ പിറുപിറുക്കും. അന്നും അതുതന്നെ.

അമ്മയുടെ പരാതികൾക്ക് ചെവികൊടുക്കാതെ അടുക്കളയിലേക്കോടി. മൺകൂജയിലെ തണുത്ത വെള്ളം മിടുമിടാ കുടിച്ചു. മണ്ണിന്റെ ലഹരി പിടിപ്പിക്കുന്ന ഒരു മണമുണ്ടതിന്. കുളിരുന്ന സ്വാദും.

പടിക്കു പുറത്തുനിന്ന് ആരുടെയോ സ്വരം. ശ്രദ്ധിക്കാതിരിക്കാൻ കഴിഞ്ഞില്ല.

"മോള് കടത്തിറങ്ങി നടക്കണെ കണ്ടപ്പൊ കൂടെ പോന്നതാ. ഒറ്റയ്ക്ക് വിടാൻ തോന്നിയില്ല."

"ആരാ, മനസ്സിലായില്യാട്ടോ." അച്ഛൻ ഇറയത്തുനിന്നുതന്നെ വിളിച്ചു ചോദിച്ചു.

"കടത്തുകാരൻ വേലായുധനാണേ. പോട്ടെ."

അയാൾ വന്ന വഴിയേ തിരിയെ നടന്നു. കരുതലിന്റെ കാലൊച്ച പോലും കേൾപ്പിക്കാതെ.

"ഇങ്ങട് വിളിക്കായിരുന്നില്ലേ അച്ഛാ?"

തന്റെ രക്ഷകനായി കൂടെ വന്ന മനുഷ്യനെ അങ്ങനെ നിരാകരിച്ചതിൽ തനിക്ക് വല്ലാത്ത വിഷമം തോന്നി.

"നീയൊന്ന് മിണ്ടാതിരിക്കണുണ്ടോ? പണ്ടേതന്നെ ശുദ്ധോം അയിത്തോം ഒന്നും ഇല്യ. ഇപ്പൊപ്പിന്നെ പറയേം വേണ്ട."

അമ്മയ്ക്കു ശുണ്ഠി ഇത്തിരി കൂടിയില്ലേ എന്നു തോന്നി. തങ്കം മൗനം പാലിച്ചു.

"അതെന്താ അയാളെ അകത്തേക്ക് വിളിക്കാഞ്ഞത്? പടിക്കു പുറത്തുതന്നെ നിർത്തി പറഞ്ഞയച്ചത്?"

ഭാനുവിനോട് എന്തു പറയാൻ. കാർത്തുവാണ് മറുപടി പറഞ്ഞത്.

"അന്നൊക്കെ അങ്ങനെയായിരുന്നു. എല്ലാ ജാതിക്കാരെയും പടിക്കകത്ത് കേറ്റില്ല."

ഭാനു എന്തോ ആലോചനയിൽ മിണ്ടാതിരുന്നു. അതുവരെ കുടുകുടെ ചിരിച്ചുകൊണ്ടിരുന്നവൾ. പെട്ടെന്ന് ആ ചിരി എവിടെപ്പോയി? കടത്തുകാരൻ വേലായുധനെപ്പോലെ നിശ്ശബ്ദമായി പടിയിറങ്ങിയോ?

തങ്കം പുറത്തേക്ക് നോക്കിയിരുന്നു. ഇപ്പോൾ പാടങ്ങളില്ല. എവിടെയും കെട്ടിടങ്ങൾ മാത്രം. വീടുകൾ, കടകൾ, സൂപ്പർമാർക്കറ്റ്, ക്ലിനിക്കുകൾ. റോഡിൽ വൈവിധ്യമാർന്ന വാഹനങ്ങളുടെ തിരക്ക്. ഓട്ടമത്സരങ്ങളും കുറവല്ല. രണ്ടും മൂന്നും നാലും. അതിൽ

കൂടുതലും ചക്രങ്ങൾ ഘടിപ്പിച്ച വാഹനങ്ങൾ. ഈ വഴിയിൽ ഭാര വണ്ടികളുടെ യാത്ര വിലക്കിയിരിക്കുന്നു. അടിയിൽ പഞ്ചായത്ത് ഭരണാധികാരിയുടെ ഒപ്പ് ആ വലിയ ബോർഡിൽ നോക്കിയിരിക്കുമ്പോൾ കരിങ്കല്ലു കയറ്റിയ ഗമണ്ടൻ ലോറികൾ ഒന്നിനു പുറകെ ഒന്നായി ചീറിപ്പാഞ്ഞു പോവുന്നതിനിടയിൽ ബോർഡ്, മങ്ങിയ കാഴ്ചയായി, അസ്പഷ്ടമായി, ഒടുവിൽ അദൃശ്യമായി.

"ചിറ്റു ഇറങ്ങണില്ലേ?"

വഴിയോരക്കാഴ്ചകളിൽ കളഞ്ഞുപോയ മനസ്സിനെ തിരിച്ചു പിടിക്കുന്നതിനിടയിൽ കാർ നിന്നു. ദാമു ഡിക്കിയിൽനിന്ന് തന്റെ ട്രോളിബാഗ് പുറത്തെടുത്തുകഴിഞ്ഞിരുന്നു. ഒന്നുരുട്ടിയാൽ മതി. അതാർക്കുമാവാലോ.

"ബാഗ് ഇവിടെയിരിക്കട്ടെ. ഒന്നു തറവാടുവരെ പോയിട്ടു വരാം."

വണ്ടിക്കു മുമ്പേ ഓർമ്മകൾ ഉരുളാൻ തുടങ്ങി.

മൂന്ന്

മുറ്റത്തെത്തിയപ്പോൾ തങ്കം ഒന്നറച്ചുനിന്നു. ഓർമ്മകൾ വർഷങ്ങൾക്കു മുമ്പേ പറന്നെത്തിയതുപോലെ. എത്രകാലമായി ഇവിടെ വന്നിട്ട്. ഇറയവും തിണ്ണയും ഒക്കെയുണ്ടായിരുന്ന ആ ചെറിയ വീട് ഇപ്പോഴില്ല. പകരം വലിയ പോർട്ടിക്കോയും കാർ ഷെഡ്ഡുമുള്ള രണ്ടുനില കെട്ടിടം. ഒന്നല്ല, രണ്ടു കാറുകൾ. പിന്നെ ബുള്ളറ്റും ഒരു സ്കൂട്ടിയും. ഇത്രയധികം വാഹനങ്ങൾ ആരാണോടിക്കുന്നത് ആവോ.

നോക്കിനിൽക്കേ, പഴയ വരാന്തയിൽ അച്ഛൻ. ചമ്രം പടിഞ്ഞിരിക്കുന്നു. ചുറ്റും ടൈംപീസുകൾ, ക്ലോക്കുകൾ, പിന്നെ സൈക്കിൾ ചെയിനുകൾ. എല്ലാം റിപ്പയർ ചെയ്യുന്നത് അച്ഛന്റെ ഹോബിയായിരുന്നല്ലോ. കണ്ണാടിയുടെ കട്ടിയുള്ള ചില്ലിനിടയിലൂടെ തന്നെ നോക്കുകയാണോ? ഇപ്പോഴും ഈ പണിയൊക്കെ വേണോ അച്ഛാ എന്നു ചോദിക്കണമെന്നു തോന്നി. ഒരു സ്വപ്നാടനത്തിലെന്ന പോലെ തങ്കം മുന്നോട്ടു നടന്നു. അമ്മയെ കണ്ടില്ലല്ലോ. ഒന്നുറക്കെ വിളിച്ചാലോ.

"ചിറ്റൂ... അവിടെത്തന്നെ നിന്നതെന്തേ?"

ഭാനുവും കാർത്തുവും എല്ലാം അകത്തേക്ക് കയറിക്കഴിഞ്ഞു. താൻ എന്തേ ഇത്രയും നേരം, എല്ലാം മറന്ന്...

"അല്ലെങ്കിലും ചിറ്റൂന് മനോരാജ്യം ഇത്തിരി കൂടുതലാ." കാർത്തു കുറ്റപ്പെടുത്തി.

"ഓരോന്നോർത്തു. അത്രതന്നെ. അമ്മേ എന്നൊന്നുറക്കെ വിളിച്ചാലോ എന്നു തോന്നി കാർത്തൂ. ഇനി ഒരിക്കലും അച്ഛനും അമ്മയും ആ വിളി കേൾക്കില്ല എന്നറിയാഞ്ഞിട്ടല്ല. എന്തോ ഒരു മതിഭ്രമംപോലെ."

"എന്താ തങ്കം നിയ് അവിടെത്തന്നെ നിന്നുകളഞ്ഞത്. വല്യ ആളായപ്പോ ഇങ്ങോട്ടൊക്കെ വരാൻ കുറച്ചിലായോ?"

ഏടത്തിയാണ്. എന്നും മുള്ളുവച്ചേ സംസാരിക്കൂ. എത്ര കേട്ടിരിക്കുന്നു. സ്നേഹക്കുറവാണെന്നു വിശ്വസിക്കുന്നില്ല. അവരുടെ കണ്ണിൽ ജാതിയും ശുദ്ധവും അയിത്തവുമൊക്കെ കളഞ്ഞുകുളിച്ചവൾ. ആഭിജാത്യത്തിന് പേരുദോഷം വരുത്തിയവൾ.

"ഏടത്തിക്കറിയാലോ. അച്ഛനേയുമമ്മയേയും ഓർത്തുപോയി. അത്രതന്നെ. നമ്മൾ സ്കൂളിൽ നിന്നു വരുമ്പോൾ ഓർക്കണുണ്ടോ? വീട്ടിലെത്തുമ്പോൾ അമ്മയെ കാണില്ല. ഉറക്കെ വിളിച്ചു കൂവണം. അപ്പൊ കേൾക്കാം ആ ശബ്ദം. "ഇങ്ങനെ അലറി വിളിക്കണ്ട. ഞാൻ ദാ വരുന്നു."

കുറച്ചകലെയുള്ള തൊടിയിൽ പശുവിനു പുല്ലു പറിക്കയാവും അമ്മ. ചെറിയ സ്റ്റീൽ തൂക്കുപാത്രത്തിൽ ചായ അടച്ചുവെച്ചിട്ടുണ്ടാവും. കൈയും കാലും കഴുകി പാത്രം തുറക്കുമ്പോഴേക്കും അമ്മ ഓടിക്കിതച്ചെത്തിയിരിക്കും.

"രണ്ടുനേരോം വെറുതെ അതിനെ ഞെക്കിപ്പീച്ചിയാൽ മതിയോ? അതിനൂല്യേ വിശപ്പും ദാഹോം. മിണ്ടാപ്രാണികള്! നിങ്ങടെ മാതിരി വിളിച്ചുകൂവി ബഹളം വെയ്ക്കാനറിയില്ലല്ലോ അവറ്റയ്ക്ക്."

നിർത്താതെ പറഞ്ഞുകൊണ്ടിരിക്കുന്നതിനിടയിൽ, കൈവിരലുകളിൽ തറഞ്ഞുകയറിയ തൊട്ടാവാടി മുള്ള് കിള്ളിക്കളയുകയായിരിക്കും അമ്മ.

"ആ പറമ്പില് മുഴുവനും തൊട്ടാവാട്യാ. കയ്യപ്പടി കീറീന്നാ തോന്നണേ."

മനസ്സ് വിതുമ്പുമെങ്കിലും വെറുതെ വാശി കേറ്റും താൻ.

"അല്ലെങ്കിലും ഞാനെപ്പോ വരുമ്പഴും അമ്മയ്ക്ക് ഇതു തന്ന്യാ പണി. അമ്മേ കാണാനല്ലേ ഇത്രേം ഓടിവരണത്? അല്ലാണ്ട് വെശന്ന് വയറു കത്തീട്ടല്ല."

"ഒന്നു പോടീ."

തങ്കം വീണ്ടും ആ ഓർമ്മകളിൽ മറ്റെല്ലാം മറന്നു. അമ്മയുടെ കാലൊച്ച അടുത്തുവരുന്നുണ്ടോ? അകലങ്ങളിൽനിന്ന് ആ സ്വരം തന്റെ കാതിലലിയുന്നുണ്ടോ?

"അയാളവിടെ ഒറ്റയ്ക്കല്ലേ? അങ്ങനെയൊന്നും നിന്നെ പറഞ്ഞയയ്ക്കാറില്ലല്ലോ."എപ്പൊ വന്നാലും അച്ഛന്റെ പതിവു ചോദ്യമാണ്.

"ഞാൻ രണ്ടു ദിവസം കഴിഞ്ഞേ പോണുള്ളൂ. ഒറ്റയ്ക്കു നിക്കട്ടെ. എപ്പഴും ഞാനുണ്ടായീന്നു വരില്ലല്ലോ." വെറുതെ വാശി അഭിനയിച്ചു തങ്കം.

"ആരോടാ നിയ്യിപ്പറയണത് തങ്കം?" ഏടത്തിയാണ്.

"ഏ..." ഓർമ്മയിൽനിന്നുണർന്ന് തങ്കം വർത്തമാനത്തിൽ കൂടി. അപ്പോഴും അവരോർത്തു. എല്ലാറ്റിനും എപ്പോഴും താൻ വേണം കൂടെ. പിരിഞ്ഞിരിക്കാനേ അദ്ദേഹത്തിനിഷ്ടമില്ല.

"ഒരു രസോല്യ തങ്കം. താനില്ലെങ്കിൽ എനിക്ക് വയ്യാട്ടോ." എന്നും ആവർത്തിക്കുന്ന പല്ലവി.

"അയാൾ ഒറ്റയ്ക്കു നിന്നോളോ?" ഇത്തവണ ചിന്തയുടെ ചരടു പൊട്ടിച്ചത് ഏടത്തിയാണ്.

"നിൽക്കണല്ലോ. അതു സാര്യല്ല."

പറയുമ്പോൾ മനസ്സിൽ ആശ്വസിപ്പിച്ചു. "വിഷമിക്കണ്ട. രണ്ടേ രണ്ടു ദിവസം. അത്രയ്ക്ക് അത്യാവശ്യായിട്ടല്ലേ. സോറി ട്ടോ."

"എന്തായാലും ഇവിടംവരെ വന്നതല്ലേ നിയ്യ്. പഴയ തറവാട്ടിലൊന്ന് കേറീട്ട് പോണേ തങ്കം. അമ്മിണ്യേടത്തി തീരെ കിടപ്പിലാണ്."

അല്ലെങ്കിൽതന്നെ മനസ്സും ചിന്തകളും ആവശ്യത്തിലധികം കനം തൂങ്ങുന്നുണ്ടെന്ന് തങ്കത്തിനറിയാമായിരുന്നു. ഇനി ആ പഴയ തറവാട് എന്തൊക്കെയാവും തന്നെ ഓർമ്മിപ്പിക്കുക. അതുകൂടി പങ്കുവെക്കാൻ തന്റെ മനസ്സിനു ബലമുണ്ടാവുമോ ആവോ. എന്തായാലും പോവാതെ തരമില്ല. കാർത്തു അരയും തലയും മുറുക്കി ഇറങ്ങിക്കഴിഞ്ഞു.

"വാ ചിറ്റൂ."

ഭാനു തന്റെ കൈയിൽ തൂങ്ങി നടന്നു. ഏടത്തിയും കൂടെയിറങ്ങി.

തറവാട് പേരിൽ മാത്രം ഒതുങ്ങിയിരിക്കുന്നു. അറയും പത്തായപ്പുരയും അടുക്കളപ്പുരയും എല്ലാം പൊളിച്ച്, ഒരു നവീകരണകലശം തന്നെ നടത്തിയിട്ടുണ്ട്.

"ഹാർട്ടിനെന്തോ തകരാറാണെന്നാ കേട്ടത്." ഏടത്തി സ്വരം താഴ്ത്തി പറഞ്ഞു. "നീരു വന്നു മുട്ടാക്കം മൂടിയിരിക്കുന്നു. വല്യ ഏതോ ആശുത്രിയിലായിരുന്നു. രണ്ടു ദിവസമേ ആയുള്ളൂ ഇങ്ങടെത്തീട്ട്. പണ്ടും ഇങ്ങനെ എന്തൊക്കെയോ കേട്ടിരുന്നു. അത് നിനക്കോർമ്മയില്ലേ? നമ്മടെ കാർത്തൂന്റെ കല്യാണത്തിന്. അവിടന്നാരും വന്നില്ല. അന്ന് കഴിയ്യോ എന്നു പേടിച്ചായിരുന്നു."

"നമ്മുടെ ഗതി എന്നും അങ്ങനെ ആയിരുന്നൂലോ ഏടത്തീ. എന്നും എല്ലാവരാലും തഴയപ്പെട്ട്, ഒറ്റപ്പെട്ട്... ബാക്കി എല്ലാവർക്കും എല്ലാവരും കൂടെയുണ്ട്.

"അതെന്താ, നമ്മളെന്താ ചെയ്തേ?" ഏടത്തിക്കും ഉത്തരമില്ലായിരുന്നു.

ഒരു നിമിഷം! ഒരു കനത്ത കാലടിയൊച്ച തങ്ങളെ കടന്നു പോവുന്നുണ്ടെന്ന് തങ്കത്തിന് തോന്നി. വല്യമ്മാമയുടേതാവാനാണ് വഴി. എന്നും എക്കാലത്തും തങ്ങളുടെ ജീവിതത്തിൽ മൗനത്തിന്റെ ഭാരം നിറച്ച് ഭയം നിറച്ച് നടന്നകലുന്ന കാലൊച്ച.

"അല്ല ഏടത്തീ, ഇപ്പോഴും ഞാനാലോചിക്കാറുണ്ട്. എന്തിനായിരുന്നു എല്ലാവർക്കും നമ്മളോട് പിണക്കം? ഇപ്പോഴും അതൊന്നും മാറിയിട്ടില്ല്യാന്ന് തോന്നാറുണ്ട്."

"ചിറ്റു എന്തിനാ അതൊക്കെ ഓർത്ത് വിഷമിക്കണേ? എല്ലാം മറക്കാൻ കാലമായില്ലേ?"

കാർത്തു തന്നെ തണുപ്പിക്കാൻ നോക്കുകയാണെന്നു തങ്കത്തിന് മനസ്സിലായി.

"കാലം..." തങ്കം കാലം തീർത്ത നൂൽപാലത്തിലൂടെ അടിവെച്ച് അടിവെച്ച് വേച്ചുവേച്ചു നടന്നു.

"നമ്മളെ ആർക്കും ഇഷ്ടമുണ്ടാവില്ല. ബഹുമാനവും." ഏടത്തി പുതിയതായി എന്തോ ഓർത്തെടുത്തതുപോലെ പറഞ്ഞുനിർത്തി. "അതെന്തുകൊണ്ടാന്ന് ഞാൻ പറയാണ്ടുതന്നെ നിനക്ക് അറിയാലോ തങ്കം. ചെറുപ്പത്തിൽ എടുത്തുചാടി ഓരോന്ന് ചെയ്തുവയ്ക്കുമ്പോ ആരും അതൊന്നും ആലോചിക്കില്ലല്ലോ. അവരൊക്കെ വല്യ ആഢ്യന്മാരാ. നമ്മളാണെങ്കിൽ..."

ഏടത്തി മുഴുമിപ്പിച്ചില്ല. കൂടുതൽ കേൾക്കാൻ താൻ ആഗ്രഹിച്ചുമില്ല. ഒടുവിൽ എല്ലാം ചെന്നെത്തുന്നത് 'തങ്കത്തിന്റെ തോന്ന്യാസ' ത്തിലാവും. അതെന്നും അങ്ങനെയാണ്.

അമ്മിണ്യേടത്തി കിടപ്പുതന്നെയായിരുന്നു. മുഖത്തും കാലിലും നീരുണ്ട്. ആകെ വിളറി വെളുത്ത്, വീർത്ത പോളകൾക്കിടയിൽ കണ്ണുകൾ ഒരു ചെറിയ കീറുപോലെ. എന്തു ചോദിക്കണം, എങ്ങനെ തുടങ്ങണമെന്നറിയാതെ വെറുതെയിരുന്നു.

"ഹാർട്ടിന് വീക്കമാണെന്നോ പമ്പു ചെയ്യാൻ പറ്റില്ലാന്നോ ഒക്കെ ഡോക്ടർമാർ പറയണതു കേട്ടു. ഒന്നും കഴിക്കാൻ പറ്റണില്യ തങ്കം. ഉപ്പു പാടില്ല, എണ്ണ വേണ്ട. പിന്നെ മധുരം - അത് നിരീക്കാനേ പാടില്യാന്നാ. ഷുഗർ കൊമ്പത്താത്രേ. ഒരു രുചീല്യ. പിന്നെങ്ങനെ?"

കിതപ്പിനിടയിയിൽ വാക്കുകൾ നഷ്ടമാവുന്നുണ്ടോ? എല്ലാം കേട്ടിരിക്കുമ്പോൾ വെറുതെ ചുറ്റും കണ്ണയച്ചു. പഴയ അടുക്കളപ്പുര ഇപ്പോഴില്ല. അതിന്റെ ഓർമ്മ മനസ്സിൽ വിഷാദമായി നിറഞ്ഞു

കവിഞ്ഞ് പടർന്നൊഴുകി. കണ്ണു നനഞ്ഞപ്പോൾ, ഒന്നുമറിയാത്ത പോലെ മുഖം തുടച്ചു.

“എറങ്ങട്ടെ അമ്മിണ്യേടത്തീ. ഇത്രടം വന്നപ്പൊ ഒന്നു കണ്ടു പോവാന്നു വിചാരിച്ചു.”

ഭാനു ഇവിടെയെങ്ങുമില്ലെന്നു തോന്നി. ഒന്നിലും മനസ്സു തങ്ങാതെ.

“നമുക്ക് പോവാം.” അവൾ പുറത്തേക്കു നടന്നുകഴിഞ്ഞിരുന്നു.

അടുക്കളപ്പുരയിരുന്ന സ്ഥാനത്തേക്ക് നിർന്നിമേഷം നോക്കി നിന്നു തങ്കം. അറിയാതെ, ഒരു ചുടുനെടുവീർപ്പുയർന്നു.

ഭാനു അക്ഷമയായി അങ്ങോട്ടുമിങ്ങോട്ടും നടക്കുകയാണ്. മൊബൈലിൽ കണ്ണും കൈയും ദ്രുതഗതിയിൽ പരതുന്നുണ്ട്. മെസ്സേജുകളുടെ പ്രവാഹത്തിൽ ഇടറുന്നതാവുമോ?

പൊളിച്ചു മാറ്റിയ അടുക്കളപ്പുര തങ്കത്തിന്റെ ഓർമ്മയിൽ പുനരുദ്ധരിക്കപ്പെടുകയായിരുന്നു. യാതൊരു മാറ്റവുമില്ലാതെ.

“നീയൊന്നും കണ്ടിട്ടില്ലല്ലോ കാർത്തൂ.”

“പറഞ്ഞു കേട്ടിട്ടുണ്ട്. എന്നാലും എന്തിനാ അതൊക്കെ പൊളിച്ചുകളഞ്ഞത്? ഭംഗിയാക്ക്യാ പോരായിരുന്നോ? എന്തു രസമായിരുന്നേനേ.”

“അല്ലെങ്കിൽതന്നെ. നിനക്ക് എന്താ രസല്ലാത്തത്? എനിക്കാണെങ്കിൽ, ആ അടുക്കളപ്പുരയുടെ ഓർമ്മപോലും വിരസമാണ്. വേദനയാണ്.”

“അതിനു വല്ല കഥേണ്ടോ ചിറ്റൂ?”

“പിന്നേ... അതിന് ഒരു പാവം പെൺകിടാവിന്റെ കഥ പറയാനുണ്ടാവും. കനലൂതിയൂതി, കരി പടർന്ന് കരുവാളിച്ച മുഖവും കലങ്ങിച്ചുമന്ന കണ്ണുകളുമുള്ള ഒരു പെണ്ണിന്റെ കഥ. അപ്പോഴും അവളുടെ കണ്ണുകളിൽ പ്രണയത്തിന്റെ കർപ്പൂരത്തിളക്കമുണ്ടായിരുന്നു. ഇടുങ്ങിയ അടുക്കളയുടെ ഇരുട്ടിലും മനസ്സിൽ പ്രതീക്ഷയുടെ നിലാവെളിച്ചമുണ്ടായിരുന്നു.

അവളെന്നും ശത്രുപാളയത്തിൽ, അടുക്കളത്തടവുകാരിയായി...

അതിന് ആരാ ശത്രുക്കൾ? സ്വന്തം കൂടപ്പിറപ്പുകൾതന്നെ. സ്വന്തം സഹോദരി.

പെൺകിടാവിന്റെ പ്രണയത്തിലെ രാജകുമാരൻ തന്നെ വേൾക്കാത്തതിലുള്ള പകയായിരുന്നിരിക്കാം. ആർക്കറിയാം. ഒടുവിൽ

അടുക്കളപ്പുരയിലെ ദാസ്യത്തിൽനിന്ന് - ആ ദാസ്യത്തിലും അവളനുഭവിച്ച ആശ്രയത്തിൽനിന്ന് സുരക്ഷിതത്വത്തിൽനിന്ന് പിഞ്ചുകുഞ്ഞുങ്ങളോടൊപ്പം പറിച്ചെറിയപ്പെട്ട പെൺകിടാവ്. ജീവിതത്തിന്റെ പെരുവഴിയിൽ ദിക്കറിയാതെ പകച്ചുനിന്നവൾ.

"വല്യ ആത്തോലമ്മയല്ലേ. പിന്നെന്തിനാ ഇവിടങ്ങനെ തമ്പടിക്കണെത്. അതേയ് അങ്ങടു ചെന്നാ, അടിച്ചുവാരിക്കൂട്ടി പുറത്തിട്ട് ചാണംവെള്ളം തളിക്കും. എത്ര തവണ അവരിതു കേട്ടിരിക്കും."

"ആത്തോലമ്മയോ, അതാരാ?"

കാർത്തുവിന്റെ ചോദ്യം കേൾക്കാത്തമട്ടിൽ തങ്കം തുടർന്നു.

"ഇപ്പോഴത്തെ വീടുകളിലൊക്കെ രണ്ടും മൂന്നും അടുക്കളകളാണ്. നിന്റെ പുതിയ വീട്ടിലുമുണ്ടല്ലോ രണ്ടെണ്ണം. ഒന്നാമത്തേത് അകത്തുതന്നെ - അലങ്കാരത്തിന്. കരിയും പുകയും തീണ്ടാതെ. കണ്ണാടിയിലെന്നപോലെ മുഖം നോക്കാവുന്ന ഗ്രാനൈറ്റ് പാകിയ അടുക്കള. അതിനു പുറത്ത് ദൈനംദിന പാചകത്തിന് മറ്റൊന്ന്. അവിടെ ഭംഗിയും വൃത്തിയുമുള്ള ഗ്യാസടുപ്പ്. പാത്രങ്ങൾ എല്ലാം. ഏറ്റവുമൊടുവിൽ 'പൈതൃക'ത്തിന്റെ പ്രതീകമെന്നോണം അടുപ്പുകളും അരകല്ലുമൊക്കെയായ മൂന്നാമതൊന്ന്. തീയുണ്ടാവാതെ പുകയുണ്ടാവില്ല എന്ന പഴഞ്ചൊല്ലിനെ പരിഹസിച്ചുകൊണ്ട് പുകയില്ലാത്ത അടുപ്പുകൾ. മീൻചട്ടി, കലം, മുറം, ചൂല് എല്ലാം. അതെപ്പോഴും വീടിനു പുറത്തുതന്നെ. വീടുമായി വലിയ ബന്ധമില്ലാതെ.

കരിയും പുകയും ഈർപ്പവും എണ്ണമയവും എല്ലാം ചേർന്ന് 'ഇല്ലാനക്കരി' പറ്റാതിരിക്കാനായിരിക്കാം പണ്ട് അടുക്കള പുറത്ത് പണിതിരുന്നത്. ഇപ്പോ എനിക്ക് തോന്ന്വാ കാർത്തൂ, ഈ അടുക്കളപ്പുരയ്ക്കും ജാതിചിന്തയുമായി നല്ല സാമ്യമുണ്ടെന്ന്."

"ചിറ്റ വെറുതെ ഓരോന്നു ചിന്തിച്ചുകൂട്ടാണ്. കേൾക്കാൻ രസമുണ്ട്. പൊളിച്ചുകളഞ്ഞൂന്ന് വെച്ച് അതിനെപ്പറ്റിയുള്ള ഓർമ്മകൾ, നൊമ്പരങ്ങൾ ഒന്നും മായുന്നില്ല. കരി പറ്റാതിരിക്കാൻ, ഇന്നും യഥാർത്ഥ അടുക്കള വീടിന് പുറത്തുതന്നെ. ജാതിയും അതുപോലെ തന്നെയല്ലേ? ഇല്യാന്ന് എത്ര കാണിച്ചാലും പറഞ്ഞാലും എല്ലാവരുടെയും ഉള്ളിൽ ഒരു വിവേചനമുണ്ട്."

"കഥയിലെ പെൺകിടാവിനെ ആത്തോലമ്മ എന്നു വിളിച്ചത് ഇഷ്ടംകൊണ്ടോ ബഹുമാനംകൊണ്ടോ ഒന്നുമല്ല. പുച്ഛം, പരിഹാസം, പിന്നെ തെല്ലൊരസൂയയും."

എന്തോ ഓർത്തിട്ടെന്നപോലെ തങ്കം ദീർഘമായി ഒന്നു ശ്വസിച്ചു.

"അടിച്ചേനകത്ത് കേറ്റാൻ കൊള്ളാത്ത ജാത്യാണ്." എന്ന് ഈ ഞാൻ എത്ര കേട്ടിരിക്കുന്നു. അര നൂറ്റാണ്ടായി. എന്നിട്ടും. അന്യ ജാതി എന്നു വിചാരിക്കുമ്പോൾ എന്നും അടുക്കളപ്പുരപോലെ വീടിനു പുറത്തുതന്നെ."

തങ്കത്തിന്റെ ഓർമ്മകളിൽ മെഴുക്കുപുരണ്ട ഇല്ലാനക്കരി പടർന്നു.

ജാതി – അകവും പുറവുംപോലെ. ഒരിക്കലും ഒന്നാവാൻ കഴിയില്ല. ഒന്നു മറ്റൊന്നിലലിയില്ല. എന്നും വെവ്വേറെ.

വല്ലാത്ത തളർച്ച. മുറ്റം കെട്ടിയൊതുക്കിയ ചെറിയ ഭിത്തിയിൽ മെല്ലെ ഇരുന്നു.

"എന്താ ചിറ്റൂ, ക്ഷീണം വല്ലതും? ദാമ്വേട്ടനോട് വണ്ടി കൊണ്ടരാൻ പറയട്ടെ?" അവളുടെ സ്വരത്തിൽ ഒരാധി.

"വേണ്ട. നടക്കാം."

തങ്കത്തിന്റെ കൈ പിടിച്ച് ചേർന്നു നടക്കുമ്പോൾ കാർത്തുവിന് സംശയം. "എന്നാലും കഥയിലെ ആത്തോലമ്മ -അതാരാ?"

"നിനക്ക് ഒരു ചുക്കും അറിയില്ല. ഒന്നാലോചിക്ക്." തങ്കം ക്ഷീണം മറന്ന് പൊട്ടിച്ചിരിച്ചു.

"ആരാന്നോ, എന്റെ അച്ഛൻ നമ്പൂരീടെ ഭാര്യ."

"അച്ഛൻ നമ്പൂരീടെ ഭാര്യയോ?"

കുറച്ചു കഴിഞ്ഞാണ് കാർത്തുവിനു വെളിപാടുണ്ടായത്.

"ശ്ശോ, അത് ചിറ്റൂന്റമ്മയല്ലേ? ഞങ്ങടെ മറ്റമ്മ."

"ഓ.. ഇവളൊരു ട്യൂബ്ലൈറ്റ് തന്നെ."

കാർത്തുവിന്റെ പൊട്ടിച്ചിരിയിൽ ഓർമ്മകളിലൊട്ടിനിന്ന കരി പൊട്ടിയടരുന്നതുപോലെ. അവളുടെ ചിരിയിൽ തങ്കം തന്റെ ചിരി കൂടി ചേർത്ത് ഉറക്കെയുറക്കെ ചിരിച്ചു, ഭാനുവിന്റെ അസഹിഷ്ണുത വകവയ്ക്കാതെ. അവൾക്ക് ഈ ചിരി ഒട്ടും പിടിച്ചില്ലല്ലോ.

നാല്

തിരിയെ കാർത്തുവിന്റെ വീട്ടിലെത്തുമ്പോൾ രാത്രി ഏറെച്ചെന്നു.

"അയ്യോ, ചിറ്റൂന് ഇനി എന്താ ഉണ്ടാക്കിത്തരാ? നേരം ഒരു പാടായീലോ. എപ്പഴേ കഴിച്ച് കിടക്കാൻ സമയമായിട്ടുണ്ടാവും ഇല്ലേ ചിറ്റൂ. ചെറിയച്ഛന്റെ ശീലം എനിക്ക് നന്നായറിയാവുന്നതല്ലേ?"

"ഏയ്. അതൊന്നും സാരല്യ. അങ്ങേര് ഇപ്പോ എന്തെങ്കിലും കഴിച്ച് കിടന്നുറങ്ങിക്കാണും. നമുക്ക് ധൃതിയില്ലല്ലോ."

"ചെറിയച്ഛനെ കൂട്ടി വരായിരുന്നു. എന്നാലേ രസമുള്ളൂ. തമാശ യൊക്കെ പറഞ്ഞ് നേരം പോണതറിയില്ല."

"അല്ലെങ്കിലും മുറ്റത്തെ മുല്ലയ്ക്ക് മണമില്ലല്ലോ. ഞാനുണ്ടായിട്ട് എന്തിനാ അല്ലേ? ഞാൻ നിർബന്ധിക്കാഞ്ഞിട്ടല്ല കാർത്തൂ. ഇവിടെ അദ്ദേഹം ഒറ്റപ്പെട്ടുപോവുമെന്ന തോന്നൽ. അതിലും നല്ലതല്ലേ സ്വന്തം വീട്ടിൽ ഒറ്റയ്ക്ക് എന്നു ചോദിച്ചു."

ഒരു നിമിഷം തങ്കം നിശ്ശബ്ദയായിരുന്നു. പോരുമ്പോൾ അദ്ദേഹ ത്തിന് ഒട്ടും സന്തോഷമില്ലായിരുന്നൂലോ. ചിരിച്ച് യാത്രയാക്കു മ്പോഴും ഒരു സങ്കടം.

"താനില്ലെങ്കിൽപിന്നെ ഞാനൊന്നുമല്ല തങ്കം. ഒറ്റയ്ക്ക് വയ്യെടോ. എത്രകാലത്തെ കൂട്ടുകെട്ട്. എല്ലാവരും തള്ളിപ്പറഞ്ഞിട്ടും തള രാതെ."

കണ്ണുകളിലെ നനവ് മറ്റാരും കാണാതെ ഒപ്പിയെടുത്തു തങ്കം.

കാർത്തു അത്താഴമൊരുക്കുന്ന തിരക്കിലാണ്. എന്തിനാണ് തന്നോട് വരാൻ പറഞ്ഞത് എന്ന് ഇതുവരെ വ്യക്തമാക്കിയിട്ടില്ല.

ഭാനു വന്നപാടേ മുറിയിൽ കയറിക്കൂടി. ഏതുനേരവും അവൾ മൊബൈലിലാണ്. തന്നെ കാണുമ്പോൾ മാത്രമാണ് അതൊന്നു മാറ്റിവെക്കുന്നത്.

“എന്തിനാ കാർത്തൂ നീയ് എന്നെ വിളിച്ചത് എന്ന് ഇതുവരെ പറഞ്ഞില്ലല്ലോ.”

“ഒന്നൂല്യ ചിറ്റൂ. ഇപ്പൊ നമുക്ക് അത്താഴം കഴിക്കാം. എന്നി ട്ടാവാം.”

കാർത്തു അങ്ങനെയാണ്. ഏതു പ്രതിസന്ധിയിലും അവൾക്ക് ചിരിക്കാൻ കഴിയും.

“ഫോണിൽ പറയാൻ കഴിയാഞ്ഞിട്ടാ ചിറ്റൂനോട് വരാമോന്ന് ചോദിച്ചത്.”

പെട്ടെന്നായിരുന്നു കാർത്തുവിന്റെ പ്രതികരണം.

“ഈ പെണ്ണിന് എന്തു പ്രാന്താന്ന് എനിക്കറിയില്ല. പഠിപ്പും വിവരോം ഒക്കെ ഏറീട്ടാന്നാ എനിക്കു തോന്നണേ. തല്ലിക്കൊല്ലാ നുള്ള കലീണ്ട് എനിക്ക്. അവളുടെ ഒരു നശിച്ച പ്രേമം. വേറെ ഏതോ ജാതിയാണത്രെ! എത്ര കഷ്ടപ്പെട്ടിട്ടാണ് അച്ഛനമ്മമാർ പെൺകുട്ടികളെ വലിയ നിലയിലെത്തിക്കുന്നത്. അപ്പോഴാ അവ ളുടെ ഒരു...” എന്തു പറയണമെന്നറിയാതെ കാർത്തു നിർത്തി.

വികാരവിക്ഷോഭമടക്കാൻ അവൾ പാടുപെടുന്നത് തങ്കത്തിന് കണ്ടറിയാമായിരുന്നു.

“ഇനിയിപ്പൊ കൂടുതലൊന്നും ആലോചിച്ചിട്ടും അന്വേഷിച്ചിട്ടും ഒരു കാര്യവുമില്ല. അവളുടെ ഇഷ്ടംപോലെ ആയിക്കോട്ടെ. നമ്മുടെ ഒരു കണക്കുകൂട്ടലുകളും അവളുടെയടുത്തു നടക്കില്ല. അല്ലെങ്കിലും എന്റെ സ്വപ്നങ്ങൾക്ക് എന്ത് വില?”

അവളുടെ സ്വരം ഇടറിയോ?

“നിന്റെ സ്വപ്നമാവണമെന്നില്ല അവളുടേത്. ഇപ്പോഴത്തെ കുട്ടി കളല്ലേ. എന്തിനും സ്വാതന്ത്ര്യമുണ്ടെന്നു കരുതുന്നവരാണ്.”

“എന്റെ ജീവിതം ഞാൻ തീരുമാനിക്കും എന്ന ശാഠ്യമാണ് മിക്ക വർക്കും. എന്നാലും...” എന്തോ പറയാൻ തുടങ്ങി. കാർത്തു നിർത്തി.

“ലിംഗസമത്വം, സ്ത്രീശാക്തീകരണം അതിന്റെയൊക്കെ കാല മാണ്. നിനക്കും അതറിയാലോ.”

“അതെ. ശാക്തീകരണം. തന്നിഷ്ടം കാട്ടി കഷ്ടപ്പെട്ടാൽ ആരോടാ പറയണേ. അന്ന് എനിക്ക് എന്തെങ്കിലും ചെയ്യാൻ കഴി യുമോ എന്നും അറിയില്ല.”

ഒന്നു ശാന്തമായപ്പോൾ അവൾ സ്വകാര്യം പറഞ്ഞു.

“ചിറ്റു ഒന്നു പറഞ്ഞാൽ... എന്നേക്കാളും ജീവിതാനുഭവങ്ങളുള്ള ആളല്ലേ? അവളുടെ മനസ്സു മാറുമോ എന്നൊന്നും എനിക്കറിഞ്ഞു

കൂടാ. എന്നാലും ചിറ്റു പറയുമ്പോൾ എന്തെങ്കിലും കാര്യമുണ്ടെന്നു മനസ്സിലാവൂലോ. ഒന്നുമില്ലെങ്കിലും ജീവിച്ചുതുടങ്ങുമ്പോൾ ഓർക്കാതിരിക്കില്ല. അത്രമാത്രം."

ഭാനുവിനെ ഉപദേശിക്കാൻ പറ്റിയ ആൾ താൻതന്നെയാണെന്ന് കാർത്തു തീരുമാനിച്ചതിന്റെ പൊരുൾ തങ്കത്തിന് പകൽപോലെ തെളിഞ്ഞതായിരുന്നു. തന്നെപ്പോലെ ഇത്രയധികം അനുഭവങ്ങൾ - അത് ഇവിടെ മറ്റാർക്കുമില്ലല്ലോ.

ആർക്കും പൊരുത്തപ്പെടാനാവാത്ത വിവാഹം. എല്ലാവരുടെയും എതിർപ്പ്. എന്നിട്ടും ഇത്രയുംകാലം ഒന്നിച്ച്. അന്തസ്സ്, ആഭിജാത്യം, ജാതിമഹിമ, പാരമ്പര്യം... എന്തിന്റെയൊക്കെ പേരിലാണ് അപമാനിക്കപ്പെട്ടത്. നിരന്തരമായ പീഡനങ്ങളനുഭവിച്ചത്.

"നമുക്ക് നമ്മൾ മാത്രമേയുള്ളൂ തങ്കം. അതുമതി അല്ലേ എന്ന് ഇടയ്ക്കിടയ്ക്ക് അദ്ദേഹം ഓർമ്മിപ്പിക്കും."

"ചിറ്റൂ, എന്താ ആലോചിക്കണത്. ഞാൻ ശ്രദ്ധിക്കുന്നുണ്ട് ട്ടോ. എപ്പോഴും ഒരു മനോരാജ്യം."

കാർത്തു ഭക്ഷണവും പാത്രങ്ങളും മേശപ്പുറത്ത് നിരത്തി.

"ചിറ്റൂന്റെ ക്ഷമ കെട്ടുകാണും അല്ലേ. വിശന്ന് അടപ്പ് തെറിച്ചിട്ടുണ്ടാവും. അവിടെയാണെങ്കിൽ ഒരുറക്കം കഴിയണ്ട നേരായി ഇല്ലേ ചിറ്റൂ. ചെറിയച്ഛൻ എപ്പോഴേ ഉറങ്ങീട്ടുണ്ടാവും."

"ഇപ്പൊ എല്ലാം മാറിപ്പോയിരിക്കുന്നു മോളേ."

മറുപടി പറയാതെ ഭാനു ഭക്ഷണം വിളമ്പിത്തുടങ്ങി.

അത്താഴം കഴിഞ്ഞ് ഉറങ്ങാൻ പോകുമ്പോൾ അവർ ഭാനുവിനെ അനുഗമിച്ചു.

"മോളേ..."

അവരുടെ വിളിയിൽ എന്തോ ഒരു സന്ദേശമുണ്ടെന്ന് ഭാനുവിന് തോന്നി.

"ചിറ്റൂന് എന്തെങ്കിലും പറയാൻ..."

"അതെ. അമ്മ എല്ലാം പറഞ്ഞു. നിനക്ക് ഒന്നുകൂടി ആലോചിച്ചുകൂടേ?"

"അതുശരി."

അവളുടെ വാക്കിൽ പുച്ഛമാണോ സഹതാപമാണോ എന്നതു തപ്പെടുമ്പോഴാണ് കൂടുതൽ അമ്പരപ്പിച്ചുകൊണ്ട് അവളുടെ അടുത്ത ചോദ്യം.

"ചിറ്റു എല്ലാം മറന്നുപോയോ?"

പ്രകോപിപ്പിക്കപ്പെടരുത് എന്ന് വാശിയായിരുന്നു.

"എല്ലാം നന്നായി ഓർമ്മയുണ്ട്. ഒന്നും മറന്നിട്ടുമില്ല. അതു കൊണ്ടുതന്നെയാണ് നിന്നോട് സംസാരിക്കണമെന്ന് വിചാരിച്ചത്. വർഷം അമ്പതാവാറായി. കാമുകിയായി, ഭാര്യയായി, അമ്മയും. ഇപ്പോൾ ഇതാ അമ്മൂമ്മയുമായി."

"എന്നിട്ട് ഒന്നും സംഭവിച്ചില്ലല്ലോ? പിന്നെന്തിനാ എന്നോട്..."

"അനുഭവങ്ങളുടെ നെരിപ്പോട്. അതിന്റെ ചൂടിൽ ചവിട്ടി നിന്നു കൊണ്ട് പഠിച്ച പാഠങ്ങൾ. അത് ഒരിക്കലും മറക്കാനാവില്ല. ആരെ യെങ്കിലുമൊക്കെ പഠിപ്പിച്ചാൽ കൊള്ളാമെന്നുണ്ട്. പക്ഷേ ആർക്കും പഠിക്കണ്ട. ആർക്കും അതൊന്നും മനസ്സിലാവില്ല."

"ചിറ്റുവും ഇങ്ങനെ പറയുന്നതാ എനിക്ക് അത്ഭുതം. പഴയ കാല മൊന്നുമല്ല. പെൺകുട്ടികൾക്ക് സ്വന്തം കാലിൽ നിൽക്കാനും കാര്യ ങ്ങൾ തീരുമാനിക്കാനും തന്റേടമുള്ള കാലമല്ലേ. പിന്നെ പണ്ടത്തെ പ്പോലെ ജാതി, മതം എന്നൊക്കെ എന്തൊരു വിഡ്ഢിത്തം! അതാണ് എനിക്ക് മനസ്സിലാവാത്തത്. അതിലൊക്കെ എന്തിരിക്കുന്നു? ഒരു മാതിരി പഴഞ്ചൻ ചിന്താഗതി."

"ആയിരിക്കാം. ഞാനും പഴയതായി വര്ാല്ലേ. അതാർക്കും തടഞ്ഞുവെയ്ക്കാനാവില്ലല്ലോ. എല്ലാം എക്കാലത്തും പുതിയതാ യിരിക്കില്ല. കുറച്ചു കഴിയുമ്പോൾ എല്ലാം പഴയതാവും. ഇന്നു മേടിച്ച പുതിയ ഉടുപ്പ് ഒന്നിട്ടു കഴിയുമ്പോഴേക്കും പഴഞ്ചനാവില്ലേ. അതു പോലെ."

"ചിറ്റൂ, ഇവിടെ കിടന്നാ മതീട്ടോ."

കാർത്തുവിന്റെ വിളി ഒരുകണക്കിന് അനുഗ്രഹമായി.

"ദാ, അമ്മ വിളിക്കുന്നുണ്ട്. ചിറ്റു പോയി കിടന്നോളൂ. എനിക്ക് ഉറക്കം വരണുണ്ട്."

ഒന്നു പോയിത്തന്നാൽ സ്വൈരമായേനേ എന്ന ധ്വനിയുണ്ടോ അവളുടെ സംസാരത്തിൽ. കുറച്ചു നാൾ മുമ്പായിരുന്നെങ്കിൽ ഇങ്ങനെയാവുമായിരുന്നില്ല.

"അമ്മ അലറി വിളിക്കുന്നുണ്ട്. കുശുമ്പാണ്, ചിറ്റു എന്റെ കൂടെ കിടന്നാലോ എന്ന്. പോണ്ടാട്ടോ" എന്നേ പറയുമായിരുന്നുള്ളൂ.

ആലോചനയ്ക്കിടയിൽ കാർത്തിയുടെ വിളി വീണ്ടും. തങ്കം മെല്ലെ പുറത്തിറങ്ങി കാർത്തുവിന്റെ മുറിയിലേക്കു നടക്കുമ്പോൾ മനസ്സ് ആകെ കലങ്ങിയിരുന്നു. അദ്ദേഹം വന്നിരുന്നെങ്കിൽ... എങ്കിൽ

മറ്റാരുമറിയാതെ തന്റെ ഹൃദയഭാരം ആ തോളിലിറക്കിവെച്ച് ആശ്വസിക്കാമായിരുന്നു. ആ സാന്നിധ്യത്തിനുവേണ്ടി അവൾ എന്തെന്നില്ലാതെ ദാഹിച്ചുപോയി.

"ഞാനൊന്നു കിടക്കട്ടെ കാർത്തൂ."

ചെന്നപാടേ അവർ കട്ടിലിൽ കിടന്നു.

"അവൾ ഒന്നിനും വഴങ്ങിയില്ല അല്ലേ ചിറ്റൂ. "

അവൾ നിഷേധാർത്ഥത്തിൽ തലയാട്ടി.

"ഞാനതേ അർഹിക്കുന്നുള്ളൂ കാർത്തൂ. അല്ലാതെ അവളെ കുറ്റം പറയണ്ട. എല്ലാം കർമ്മഫലം."

അവർ കണ്ണടച്ച് മയക്കം നടിച്ചു.

അഞ്ച്

"വല്ലപ്പോഴുമാണ് നാട്ടിൽ വരണത്. എല്ലാടത്തും ഒന്ന് കറങ്ങി, എല്ലാവരേം കണ്ട് കുശലം പറഞ്ഞില്ലെങ്കിൽ ഒരു സുഖോല്യ ചിറ്റൂ. ഇവിടെത്തന്നെയല്ലേ ഞാൻ കളിച്ചും പഠിച്ചും വലുതായത്. ചിറ്റൂ, കാലത്തുതന്നെ പോവില്ലല്ലോ അല്ലേ?"

തങ്കത്തിനോട് ചേർന്നുകിടന്നുകൊണ്ട് കാർത്തു ആത്മഗതം പോലെ ഉരുവിട്ടു, തങ്കം ഉറങ്ങിയോ, പറയുന്നതു വല്ലതും കേൾക്കുന്നുണ്ടാവുമോ എന്നൊന്നും ആലോചിക്കാതെ.

"നിയ്യ് സെൻസസ് എടുക്കാൻ നടക്ക്വാണെന്നാ എല്ലാവരും പറയണത്." ചരിഞ്ഞു കിടന്നുകൊണ്ടുതന്നെ തങ്കം പറഞ്ഞു.

"ഇതൊക്കെയല്ലേ ഒരു രസം. പറയണോർക്കറിയില്ലല്ലോ, അന്യനാട്ടിൽ കിടന്ന് കഷ്ടപ്പെടണേന്റെ വിഷമം. ഉറ്റവരും ഉടയവരുമില്ലാത്ത പൊറുതിയുടെ ദുഃഖം."

"ഈ നാട്ടിൽതന്നെയായിട്ട് എന്താ, എനിക്കും ആരോരുമില്ലല്ലോ കാർത്തൂ."

തങ്കം എഴുന്നേറ്റ് തലയിണ ഉയർത്തിവെച്ച് ചാരിയിരുന്നു. അതുവരെ വാചാലയായിരുന്നവൾ പെട്ടെന്ന് മിണ്ടാതായി, എന്തോ സങ്കടത്തിൽപെട്ടതുപോലെ. അല്പനേരത്തെ മൗനം കഴിഞ്ഞ് കാർത്തു തുടങ്ങി.

"അതൊക്കെ ചിറ്റൂന് തോന്നണതാ. ഞങ്ങളൊക്കെയില്ലേ?"

"ഉവ്വുവ്വ്. എല്ലാവരുമുണ്ട്. എന്തായാലും ഇപ്പൊ നമുക്ക് ഉറങ്ങാൻ നോക്കാം. ബാക്കിയൊക്കെ നാളെ."

രാവിലെ ഇറങ്ങിയതാണ്. കാർത്തുവും താനും മാത്രം. ഭാനു ഉറക്കമെണീറ്റിട്ടില്ല.

"ഇപ്പൊ എവിടേക്കാ?" തങ്കം വെറുതെ ചോദിച്ചു.

"നമുക്ക് നടക്കാം ചിറ്റൂ. എവിടെങ്കിലുമൊക്കെ കേറാം. പറ്റ്യാ അമ്പലത്തിലൊന്ന് തൊഴണമെന്നുണ്ട്. നോക്കാം."

"ഇന്നലെ അമ്മിണ്യേടത്തീടവിടെ കണ്ട ആ സ്ത്രീ.. അതാരാ? കണ്ടിട്ടുണ്ടെന്നു മനസ്സു പറയുന്നു. പക്ഷേ..."

"അത്... അവിടത്തെ ശ്രീധരമാമയുടെ ഭാര്യ."

പുറപ്പെടുന്നതിന് മുമ്പായത് നന്നായി. തങ്കം വരാന്തയിൽതന്നെ തളർന്നിരുന്നു. ഓർമ്മകൾ തറവാട്ടിൽ ചുറ്റിത്തിരിഞ്ഞു.

* * *

ശ്രീധരേട്ടന് തന്നെ ഒത്തിരി ഇഷ്ടമായിരുന്നു എന്ന് തങ്കമോർത്തു. എവിടെയോ ദൂരെ താൻ കണ്ടിട്ടില്ലാത്ത ഒരു സ്ഥലത്ത് ജോലി യുണ്ടായിരുന്നു ശ്രീധരേട്ടന്. ആ സ്ഥലപ്പേരുപോലും തനിക്ക് അപരിചിതം. വയനാട്ടിലെവിടെയോ ആയിരുന്നു. പാഠപുസ്തക ത്തിൽ വായിച്ച ഓർമ്മപോലും ശുഷ്കം. ഇന്നും ഭൂമിശാസ്ത്രം തലയിൽ കയറാത്ത തനിക്ക് അന്ന് എന്ത് വെളിവും വെള്ളിയാഴ്ച യുമുണ്ടാവാനാണ്. അവിടെ ഏതോ എസ്റ്റേറ്റിലാണത്രെ. ബന്ധുവും അതിലേറെ സുഹൃത്തുമായിരുന്ന കുട്ടപ്പേട്ടനും കൂടെ ഉണ്ടായി രുന്നു. രണ്ടുപേരും ഒരാത്മാവും രണ്ടു ശരീരവുംപോലെ. എന്തു ജോലിയാണെന്നോ എങ്ങനെയാണ് കഴിയുന്നതെന്നോ അന്വേഷി ക്കാൻ തക്ക ബുദ്ധിയൊന്നും അന്ന് തനിക്കില്ലായിരുന്നല്ലോ.

തങ്കം നെടുവീർപ്പിട്ടു. അന്നെന്നല്ല ഇന്നും ആരെന്തു പറ ഞ്ഞാലും കേട്ടിരിക്കാമെന്നല്ലാതെ ഉള്ളുകള്ളികളിലേക്ക് താൻ എത്തിനോക്കാറില്ല. ഒന്നും ചോദിക്കാറുമില്ല. ചിലപ്പോൾ തന്നോടു തന്നെ ദേഷ്യവും അതിലുമധികം സഹതാപവും തോന്നാറുണ്ട് തങ്കത്തിന്. ഇങ്ങനെ ഒരു മണുക്കൂസായിപ്പോയല്ലോ എന്ന് തന്നെ ത്തന്നെ ശാസിക്കാറുമുണ്ട്.

ശ്രീധരേട്ടനെക്കുറിച്ചുള്ള ഓർമ്മപോലും നൊമ്പരമുണർത്തുന്നു വല്ലോ. തങ്കക്കുട്ടീ എന്നേ തന്നെ വിളിച്ചിട്ടുള്ളൂ. ആ വിളിയിൽ തന്നിലേക്ക് ഒഴുകി അലിയുന്ന ഹൃദയനൈർമ്മല്യം തങ്കത്തിന് തൊട്ടറിയാമായിരുന്നു. വല്ലപ്പോഴുമാണ് ശ്രീധരേട്ടൻ നാട്ടിലേക്ക് വരുന്നത്. കളിയും ചിരിയും തമാശയുമായി സമയം പോകുന്നതറി യില്ലായിരുന്നു. പക്ഷേ... എത്ര പെട്ടെന്നാണ് എല്ലാം മാറിമറഞ്ഞത്.

പതിവിലും താമസിച്ചാണ് അന്ന് ശ്രീധരേട്ടൻ നാട്ടിലെത്തിയത്. ഏട്ടൻ ആകെ മാറിപ്പോയിരുന്നു. പഴയ പ്രസരിപ്പില്ല. സംസാരമില്ല. തീർത്തും മൗനിയായി. വരാന്തയിൽ ഒരറ്റത്ത് തൂണും ചാരി ഒരേ ഇരിപ്പ്. നഖം കടിച്ച്, നിഗൂഢമായ എന്തോ ആലോചനയിൽ മുഴുകി. തന്നെ കണ്ട ഭാവംപോലുമില്ലായിരുന്നു. എന്നിട്ടു വേണ്ടേ മിണ്ടാൻ. എന്താണെന്ന് ആരോടു ചോദിക്കാൻ. അവിടവിടെ ചില അടക്കം പറച്ചിലുകൾ മാത്രം.

നാളുകൾ പിന്നിടുംതോറും മൗനവും മറവിയും ഏറിവന്നു. ഒരു തരം സ്വത്വനിഷേധം. ഇന്നാലോചിക്കുമ്പോഴാണല്ലോ തനിക്കിങ്ങനെയൊക്കെ തോന്നുന്നത്.

ഒരു ദിവസം പടിഞ്ഞാറ്റയിൽ തേച്ചുതെളിച്ചു തിളക്കിയ നിലവിളക്ക് നിറഞ്ഞു കത്തി. ആവണിപ്പലകയിട്ടു, കവടി നിരത്തി ജോത്സ്യൻ. ധ്യാനിച്ച് അതിലൊരു പിടി വാരി പല കളങ്ങളിൽ പകുത്ത് വെച്ചു. ഗണിതശാസ്ത്രവും ആത്മജ്ഞാനവും സമന്വയിക്കുന്ന നിമിഷം.

ദശാസന്ധി. വലിയ കാലക്കേട് തന്നെ. അരുതാത്തത് സംഭവിച്ചിരിക്കുന്നു. നീചജാതി സംഗമം – തൊട്ടുതീണ്ടിയിരിക്കുന്നു. മ്ലേച്ഛ ഭക്ഷണം. കൈവിഷംപോലെ. മനസ്സും ബുദ്ധിയും മാറിമറിഞ്ഞിരിക്കുന്നു. എന്തായാലും ആവാഹിച്ച് ഉച്ചാടനം ചെയ്യണം. കർമ്മങ്ങൾക്കുശേഷം തിരുവിഴയിൽ കൊണ്ടുപോയി ഛർദ്ദിപ്പിക്കണം. അതേ വഴീള്ളൂ.

"കർമ്മി ആരാവണം, തങ്കയ്യനോ മുത്തുച്ചാമിയോ?"

"ഒഴിവുകാണണം."

"തങ്കയ്യനായിക്കോട്ടെ. അതാ കാണുന്നത്. അഥർവ്വം കുറച്ചു കൂടുതലിരുന്നോട്ടെ. പ്രാരൂര്. അവിടെയാണ് അയാളുടെ താമസം. കുടുംബം. നാളെത്തന്നെ വിളിച്ചേർപ്പാടാക്കിക്കോളൂ."

മന്ത്രവാദം, കൂടോത്രം, കൈവിഷം അതൊക്കെ ആദ്യമായി കേൾക്കുകയായിരുന്നു. അതിന്റെ തന്ത്രങ്ങളോ ഉൾപ്പിരിവുകളോ തിരിച്ചറിയാൻ വയ്യാത്ത പ്രായം. എന്തോ വലിയ ഒരു ദോഷം. ജോലിസ്ഥലത്തുനിന്ന് കിട്ടീതാണത്രെ. അന്ന് താൻ വലിയ വായാലേ കരഞ്ഞു. ആരാണ് ഈ കടുംകൈ ചെയ്തത്? ആരെയെങ്കിലും ദ്രോഹിക്കാൻ ശ്രീധരേട്ടനു കഴിയുമായിരുന്നില്ല. ആ തങ്കപ്പെട്ട മനസ്സിനെ ആരായിരിക്കും ഇങ്ങനെ വികലമാക്കിയത് എന്തിന്?

ആ ജോത്സ്യൻ എന്തിനാണ് മ്ലേച്ഛാഹാരം, നീചജാതി എന്നെല്ലാം പറഞ്ഞത് എന്ന് അന്ന് തനിക്ക് ഒരെത്തുംപിടിയും കിട്ടിയില്ല. പക്ഷേ അതിൽ എന്തോ ഒരു വിവേചനം, വൈകൃതം കാണാതിരിക്കാനും കഴിയില്ലായിരുന്നു. ഏതു ജാതിയായാലെന്താ? ഭക്ഷണം, വെള്ളം എല്ലാം ഒരുപോലെയല്ലേ? അവരുമായി കൂടിക്കഴിയുന്നതിൽ എന്താണ് തെറ്റ്?

"എന്തിനാമ്മേ, നീചജാതി എന്നൊക്കെ പറയണത്? എല്ലാവരും മനുഷ്യരല്ലേ? അവരുടെ ആഹാരം കഴിച്ചാൽ ഇതുപോലെയാവുമോ?"

"അതേയ്, കുട്ടികള് വായിലൊതുങ്ങുന്ന വർത്തമാനം പറഞ്ഞാ മതീട്ടോ. ഓരോ കുരുത്തക്കേട് എഴുന്നള്ളിക്ക്യാണ്."

തന്റെ മനസ്സിൽ അപ്പോഴും സംശയങ്ങൾ നുരഞ്ഞുപൊങ്ങുകയായിരുന്നു. ഒരുമിച്ച് ജോലി ചെയ്തിരുന്ന കുട്ടപ്പേട്ടൻ ഈ ദുരവസ്ഥയിൽ എന്തേ ഏട്ടനോടൊപ്പം നിന്നില്ല? എന്തുകൊണ്ടാണ് വീട്ടിൽ കൊണ്ടുവന്നാക്കി അപ്പോൾതന്നെ മടങ്ങിയത്? അന്ന് അതിനെക്കുറിച്ച് ചിന്തിക്കാൻ പ്രാപ്തിയില്ലായിരുന്നു. പിന്നീട് ജീവിതത്തിന്റെ വൈവിദ്ധ്യങ്ങളും വൈരുദ്ധ്യങ്ങളും അതിനെയെല്ലാം മറികടക്കുന്ന വിവേചനങ്ങളും കണ്ടുവളർന്ന മനസ്സ്, കാര്യകാരണങ്ങൾ തേടി അലയുമ്പോൾ കുറ്റപ്പെടുത്താനാവുന്നില്ല. ദുരൂഹതകളുടെ ഭൂതകാലം, ഇപ്പോഴും വഴിതെളിയാതെ വലയിൽ കുരുങ്ങിക്കിടക്കുന്നു.

കലശവും കോഴിയുമായി മന്ത്രവാദത്തിന് അരങ്ങൊരുങ്ങുന്നത് ഭയപ്പാടോടെ നോക്കിക്കണ്ട ദിവസങ്ങൾ. മന്ത്രവാദിയുടെ രൂപം തന്നെ തന്റെ ഉറക്കം കെടുത്തിയത് തങ്കത്തിനോർമ്മ വന്നു. കറുത്തുകുറിയ തടിച്ച പ്രകൃതം. നെറ്റിയിലേക്ക് ഊർന്നിറങ്ങി അനുസരണക്കേടു കാട്ടുന്ന ചുരുണ്ട മുടി. മുറുക്കാൻ, മായ്ക്കാനാവാത്ത നിറം പകർന്ന പല്ലുകൾ; അയാളുടെ കണ്ണുകൾക്കും തിണർത്തു തൂങ്ങുന്ന കീഴ്ചുണ്ടിനും നാവിനും എല്ലാം ചോരയുടെ ചുമപ്പ്.

ആവാഹനത്തിനിരിക്കാൻ കൂട്ടാക്കാത്ത ഏട്ടനെ ആരൊക്കെയോ ചേർന്ന് ബലമായി പിടിച്ചിരുത്തുകയായിരുന്നു. ഇടയ്ക്കിടയ്ക്ക് മന്ത്രവാദിയുടെ അട്ടഹാസം. ആരും പേടിച്ചുപോവുന്ന ആക്രോശം. അക്ഷമനായി എങ്ങോ വ്യാപരിക്കുന്ന മനസ്സും ചിന്തകളുമായി ഹോമകുണ്ഡത്തിനു മുമ്പിലിരുന്ന ശ്രീധരേട്ടനു മാത്രം ഒരു ഭാവഭേദവുമുണ്ടായില്ല.

കഴുത്തറുത്ത് ബലിയർപ്പിച്ച കോഴിയെ ചുട്ടെടുത്ത് കള്ളിൻകുടവുമായി പിൻവാങ്ങിയ മന്ത്രവാദി ഓർമ്മകളിൽ ഇന്നും ഞെട്ടലുളവാക്കുന്നു.

"കിഴക്ക് വെള്ള വീശുമ്പോഴേക്കും കർമ്മങ്ങളുടെ പര്യവസാനമായി നാളെത്തന്നെ പുറപ്പെടണം - ഛർദ്ദിപ്പിക്കണം." പൊക്കണവും തൂക്കി നടക്കുന്നതിനിടയിൽ അയാൾ ഓർമ്മിപ്പിച്ചു.

ശ്രീധരേട്ടന്റെ അമ്മ വിടരുന്ന പുലരിയിലേക്ക് പ്രതീക്ഷയോടെ കണ്ണും നട്ടിരുന്നു. ഒപ്പം ഏട്ടന്റെ ഭാവവാഹാദികളിലും. ഒരു രുധിരയജ്ഞം തന്നെ നടത്തിയിട്ടും ആ ഭാവം മാറിയില്ല. ബന്ധങ്ങളുടെ ബന്ധനത്തിന്റെ നേർത്ത നൂലിഴകൾപോലും പൊട്ടിപ്പോയതുപോലെ അനന്തതയിലേക്കു ദൃഷ്ടി പായിച്ചിരുന്നു. ഈ ലോകം തനിക്ക് തികച്ചും അന്യമാണെന്ന മട്ടിൽ.

ഛർദ്ദിപ്പിക്കണം പോലും. ഭൂതകാലത്തിന്റെ, അജ്ഞാനത്തിന്റെ വൈകൃതം മായ്ച്ചുകളഞ്ഞ് മനസ്സ് ഒന്നു വൃത്തിയായി തുടച്ചു തെളിച്ചു തങ്കം. കഷ്ടം. എങ്ങനെ ഛർദ്ദിപ്പിക്കാൻ? ആരും ഛർദ്ദിച്ചു പോവുന്ന എന്തോ ഒരു പാനീയം കുടിച്ച് ശ്രീധരേട്ടനും ഒരുപക്ഷേ കുടലുവരെ ഛർദ്ദിച്ചിട്ടുണ്ടാവാം. മന്ത്രമായാലും തന്ത്രമായാലും മനസ്സിലടിഞ്ഞുകൂടിയ വിഷാദം, നിഷ്ക്രിയത്വം, അതിലുപരി നിരാലംബമായ ജീവിതസാഹചര്യം ഇതെല്ലാം ഏതു പാനീയത്തിനാണ് ഛർദ്ദിപ്പിച്ച് പരിഹരിക്കാൻ കഴിയുക? അന്നത്തെ നിഗമനങ്ങൾക്കും ചികിത്സയ്ക്കും എന്തെങ്കിലും യുക്തിയുണ്ടോ? മനുഷ്യന്റെ വികാരങ്ങളെ, ബലഹീനതകളെ ചൂഷണം ചെയ്യുന്ന ഒരു പ്രാകൃതപ്രക്രിയ! അല്ലാതെ മറ്റൊരു നേരും അതിൽ കണ്ടെത്താനാവുന്നില്ലല്ലോ.

തങ്കം വിഷണ്ണയായി തല കൈയിൽ താങ്ങി കുനിഞ്ഞിരുന്നു. ഓർക്കുന്തോറും അവരുടെ ചിന്തകൾ പിടികൊടുക്കാതെ ചിതറുന്നതായി തോന്നി. ജാതി, ഭക്ഷണം. എന്തെല്ലാം ദുർവ്യാഖ്യാനങ്ങൾ. ഉച്ചാടനം ചെയ്യാൻ എന്തേ മറ്റൊരു നീചജാതിയിലുള്ള കർമ്മിയെ നിയോഗിച്ചു? മുള്ളിനെ മുള്ളുകൊണ്ട് കിള്ളിക്കളയുന്നതുപോലെ ക്ഷുദ്രത്തെ മറ്റൊരു ക്ഷുദ്രംകൊണ്ട് ഇല്ലാതാക്കുകയാണോ? എന്തിനുമേതിനും ജാതിയെ പഴിക്കുകയും കൂട്ടുപിടിക്കുകയും ചെയ്യുന്ന ഒരുതരം ഇരട്ടത്താപ്പ്. ഇത് ഇന്നോ ഇന്നലെയോ തുടങ്ങിയതല്ലല്ലോ. കാലങ്ങളിലൂടെ കൈമാറി വന്ന കീഴ്വഴക്കം. പാവം ശ്രീധരേട്ടൻ. ആത്മാവിലും മനസ്സിലും ബുദ്ധിയിലും നിസ്വനായതിന് ആരാണുത്തരവാദി? അവിടേയും ജാതിചിന്തകൾ കുത്തിത്തിരുകുന്നതെന്തിനാണ്? ഒരുപക്ഷേ വ്യക്തമായ കാര്യകാരണങ്ങൾ കണ്ടെത്താനാവാത്ത കാലത്തിന്റെ ഗതികേടാവാം. എന്നാൽ എല്ലാം തികഞ്ഞ ഇന്നും അതിനു മാറ്റമില്ലല്ലോ എന്ന നിസ്സഹായതയിൽ തങ്കത്തിന് വേദന തോന്നി. ഒപ്പം പുച്ഛവും.

“ചിറ്റൂ... ഇതെന്തൊരിരിപ്പാ? നമുക്കു പോവണ്ടേ? അമ്പലത്തിൽ തൊഴണമെന്നുണ്ടായിരുന്നു. ഇപ്പോ അടച്ചുകാണും. എന്തായാലും നമുക്കൊന്ന് കറങ്ങി എല്ലാവരേയും കണ്ടിട്ടു വരാം. എന്നിട്ടു വേണം ചിറ്റൂനോടു മാത്രം കുറേയേറെ വർത്തമാനം പറയാൻ.”

“എനിക്കിപ്പോ ഈ നാട്ടിൽ ആരേയും അറിയില്ല കാർത്തൂ. എല്ലാവരും ചെറുപ്പക്കാർ. എന്റെ കാലത്തുള്ളവർ കുറവല്ലേ.”

“അതൊന്നും സാരമില്ല.” അവൾ നടന്നുകഴിഞ്ഞിരുന്നു.

ആറ്

നടക്കാൻ തനിക്കും ഇഷ്ടമാണ്. അതിലേറെ വല്ലാത്ത ഒരുതരം ആർത്തിയും. തങ്കമോർത്തു. ഈ വഴികളിൽകൂടി എത്ര നടന്നിരിക്കുന്നു. അന്ന് റോഡുകൾ ഇതുപോലെ ടാറിട്ട് മിനുക്കിയിട്ടില്ലായിരുന്നു. ചരലും മണലും ചിതറിക്കിടക്കുന്ന വെട്ടുവഴികൾ. ഇടയ്ക്കിടയ്ക്ക് മുനയുള്ള കല്ലുകൾ കാലിൽ കുത്തിനോവിക്കുമ്പോൾ, അറിയാതെ ഉടക്കി നിന്നുപോവും. വഴിയുടെ ഇരുവശവും കുറ്റിക്കാടുകളായിരുന്നു. അതിനപ്പുറം നോക്കെത്താത്ത തൊടികളിൽ നിറയെ മരങ്ങൾ. അവയിൽ ഓടിച്ചാടി നടക്കുന്ന അണ്ണാറക്കണ്ണന്മാർ. കലപില കൂട്ടി പറന്നുകളിക്കുന്ന കിളികൾ.

വഴിയിൽ പലയിടത്തും കലുങ്കുകൾ. ഇരുവശവും തോടുകൾ. ചിലയിടത്ത് കലുങ്കിന്റെ തൂണിൽത്തട്ടി കിലുകിലെ ചിരിച്ചൊഴുകുന്നതു കേൾക്കാം. ഒന്നു കുനിഞ്ഞുനോക്കിയാൽ, പതഞ്ഞുപൊങ്ങിയൊഴുകുന്ന ജലച്ചാർത്തുകൾ കാണാം. ഒരു വാഹനം പോലുമില്ലാത്ത വഴി. വല്ലപ്പോഴും ഒരു സൈക്കിൾ. പലപ്പോഴും കാണാറുള്ള ഒരു കാളവണ്ടി. അത്രയ്ക്കുതന്നെ. ഓർത്തോർത്തു നടക്കുമ്പോൾ പെട്ടെന്ന് കാർത്തു തന്നെ വലിച്ചുമാറ്റിയെന്നു തോന്നി. ആ ബസ്സിന്റെ ഒരു വരവേയ്. പേടിച്ചുപോയി.

"നിനക്കിഷ്ടമുള്ള ബസ്സാണോ ഇത്? കേറിപ്പോവാൻ തോന്നണുണ്ടോ കാർത്തൂ?"

തങ്കത്തിന്റെ ചോദ്യം കേട്ട് അവളുടെ ആധി അലിഞ്ഞകന്നു.

"പോവണംന്നുണ്ട്." അവൾ ചിരിച്ചു.

"എനിക്കിതൊക്കെയാണിഷ്ടം ചിറ്റൂ. എന്താ ചെയ്യാ?"

"നീയിപ്പോ ബസ്സിന്റെ മുമ്പിൽ ചാട്യേനേലോ."

കാർത്തുവിനോടായിരുന്നു ചോദ്യം.

“തന്റെ മുഖത്തുപോലും നോക്കിയില്ല. നോക്കാറില്ലല്ലോ. തെക്കേടത്തെ ഗോവിന്ദേട്ടനാണ്. അറിയും, സ്കൂളിൽ എന്റൊപ്പമായിരുന്നു. എന്നിട്ട് ചിറ്റൂനോട്...”

കേൾക്കാത്ത മട്ടിൽ തങ്കം നടന്നു. തെക്കേടത്ത് വീടിന്റെ മുമ്പിലൂടെ വേണം അമ്പലത്തിലേക്ക്. ആ ഓർമ്മയിൽപോലും തങ്കത്തിന്റെ നടപ്പ് പതുക്കെയായി. പടിക്കലെത്തിയപ്പോഴേക്കും തളർന്നു നിന്നു. കാർത്തു മുമ്പേ എത്തിക്കഴിഞ്ഞിരുന്നു. അമ്പലത്തിലെത്താനുള്ള തിടുക്കം.

“ഇത്തിരി വേഗം നടക്കാം ചിറ്റൂ. അമ്പലത്തിലെത്തി ഒന്നകത്തു കേറി തൊഴണം. നട അടയ്ക്ക്വോ ആവോ. എനിക്കീ അമ്പലോം വഴിപാടും പ്രസാദോം ഒക്കെ ഒരുതരം പ്രാന്താ.”

മറുപടിയില്ലാത്തതുകൊണ്ടാവാം, അവൾ തിരിഞ്ഞു നിന്നു. തങ്കം ഒരേ നില്പാണ്. അനന്തതയിലേക്ക് ദൃഷ്ടി പായിച്ചുകൊണ്ട്, സ്ഥലകാലങ്ങൾ മറന്ന്. വിസ്മൃതിയിൽ കളഞ്ഞുപോയതെന്തൊക്കെയോ തിരഞ്ഞു പെറുക്കി എടുക്കുന്നതുപോലെ. ഇതെന്തു കളി?

“ചിറ്റൂ...” അവൾ ഉറക്കെ വിളിച്ചു.

പിന്നെ തിരിഞ്ഞുനടന്നു. അടുത്തെത്തി തങ്കത്തിന്റെ തോളിൽ മെല്ലെ തൊട്ടു.

“എന്താ പറ്റ്യേ?”

മയക്കത്തിൽനിന്ന് ഞെട്ടിയുണർന്നതുപോലെ തങ്കം അവളെ നോക്കി നിന്നു.

“ക്ഷീണിച്ചോ ചിറ്റൂ?”

“ഏയ്, അതൊന്നൂല്യ.”

“അല്ല. എന്തോണ്ട്. വയ്യേ?”

“കാർത്തൂ...” തങ്കം തളർന്ന സ്വരത്തിൽ വിളിച്ചു.

“ഇപ്പൊ ഞാനൊരു അമ്പതു വർഷം പുറകിലുള്ള ഒരു ദിവസത്തിൽ... ഒരു നിമിഷത്തിൽ നിൽക്ക്വാ. ആ ദിവസം... അതെനിക്ക് സമ്മാനിച്ച വേദന... അപമാനം... എല്ലാം അതേപടി എന്റെ ഓർമ്മയിൽ... ഇന്ന് ഇവിടെ ആവർത്തിക്കുന്നതുപോലെ. ഈശ്വരാ... വരേണ്ടിയിരുന്നില്ല്യാന്ന് തോന്ന്വാ. വേണ്ടായിരുന്നു.”

“എനിക്കൊന്നും മനസ്സിലാവണില്ല.” കാർത്തു വിവശയായി.

“അതൊരു കഥയാണ്. നിനക്കറിയാത്ത കഥ.”

“പറയ് ചിറ്റൂ.”

“ഇപ്പൊ വേണ്ട. പിന്നെയാവട്ടെ. ഇവിടെ ഒരു പരശുമാമയുണ്ടായിരുന്നു. നിയ്യ് കേട്ടിട്ടുണ്ടോ?”

തങ്കം തൽക്കാലത്തേക്ക് വിഷയം മാറ്റി. മനസ്സ് ശാന്തമാവാൻ അവർക്കതാവശ്യമായിരുന്നു.

“ഒരു കാർന്നോര്. പറഞ്ഞുകേട്ടിട്ടുണ്ട്. ഭ്രാന്തനായിരുന്നൂന്ന്.” തങ്കത്തിനോട് ചേർന്നു നടക്കുന്നതിനിടയിൽ കാർത്തു പറഞ്ഞു.

“ഞാനാലോചിക്യാ. നമ്മുടെ പൂർവ്വികർ മുതൽ ബോധത്തിന്റെ അടിത്തറയിൽനിന്ന് ചില കല്ലുകൾ അടർന്നുപോവുന്നുണ്ടായിരുന്നോ എന്ന്.”

“അതെന്താ ചിറ്റൂ ഒട്ടും പരസ്പരബന്ധമില്ലാത്ത ഒരു ചോദ്യം?”

“അതല്ല, തെക്കേടത്തുകാരുമായി പണ്ടെങ്ങാണ്ടോ ഏതോ താവഴിയായിട്ടുള്ള ബന്ധമല്ലേ നമുക്കുള്ളൂ? എന്തോ, ശ്രീധരേട്ടനെ ഓർത്തുപോയി.”

“അതിന് പരശുമാമയുമായി എന്താ ബന്ധം? എന്റെ കുട്ടിക്കാലത്ത് ഞാനും കേട്ടിട്ടുണ്ട്. തെക്കേടത്തുള്ളവരുതന്നെ പറയാറുണ്ട്. അങ്ങേര് ജാതീം മതോം ഒന്നും ആചരിക്കില്ലായിരുന്നൂന്ന്. എല്ലാവരോടും ചങ്ങാത്തമായിരുന്നൂന്ന്. തൊട്ടുതീണ്ടി തിന്നും കുടിച്ചും ഒക്കെ... അങ്ങനെയാ ഭ്രാന്തായിപ്പോയത് എന്നാ സംസാരം. ഇപ്പൊ എല്ലാവരും എല്ലാം മറന്നുകാണും.”

“നീയും ഇതൊക്കെ വിശ്വസിക്കുന്നുണ്ടോ?”

“എനിക്കറിയില്ല. ചിറ്റൂനെപ്പോലെ ആലോചിക്കാനുള്ള ബോധോന്നും എനിക്കില്ലല്ലോ. നമ്മളിക്കണ്ട ഗോവിന്ദേട്ടൻ, തെക്കേടത്തമ്മയ്ക്ക് വയസ്സാംകാലത്ത് ഉണ്ടായതാണത്രെ. ചിറ്റൂന്റെ പ്രായാണ് എന്ന് അമ്മ എപ്പോഴും പറയും.”

തങ്കത്തിന്റെ ഓർമ്മയുടെ ചൂണ്ടയിൽ ഒരിര കൊളുത്തിക്കൊടുത്തു കാർത്തു.

“അതൊരു രസമുള്ള കഥയല്ലേ കാർത്തൂ.” മനസ്സിന്റെ ഗ്ലാനി ഒട്ടൊന്നകലാൻ നല്ലതാണെന്ന് തങ്കത്തിനും തോന്നി.

“തെക്കേടത്തെ നാരായണിയമ്മ്ക്ക് തീണ്ടാരീം പേറും ഒക്കെ നിന്നൂന്ന് വിചാരിച്ചിരിക്കുമ്പോഴാ ഒരു വയറുവേദന. അഞ്ചാറു പെറ്റ വയറല്ലേ. പേറ്റുനോവറിയാതിരിക്കില്ലല്ലോ.”

“എന്നാലും.. ഇത്രേം നാളും ഇതറിഞ്ഞില്ല്യാന്ന് പറയുമ്പോഴാ...” ചുറ്റുവട്ടത്തുള്ള പെണ്ണുങ്ങൾ മുഖാമുഖം നോക്കി. താടിക്കു കൈയും കൊടുത്തിരുന്നു. ചൂണ്ടുവിരൽ മൂക്കത്ത് തൊടീച്ചുവെയ്ക്കാൻ ആരും മറന്നില്ല.

കുഞ്ഞ് വളർന്നുവന്നതോടുകൂടി അവന്റെ വികൃതികൾ. വയസ്സു കാലത്ത് പ്രസവിച്ചതിന്റെ ജാള്യതയും പ്രാരബ്ധമേറിയതിന്റെ ദുഃഖവും മറക്കാൻ ശ്രമിക്കുമ്പോഴാണ് ഒരു കമ്പി കണ്ണുകെട്ടി പടി കടന്നുവരുന്നത്. പോസ്റ്റുമാനെ കാണുമ്പോൾ എന്നും നാരായണി യമ്മയ്ക്ക് സന്തോഷമായിരുന്നു; സമാധാനവും. മൂത്ത മകൻ കുഞ്ഞുണ്ണി പട്ടാളത്തിലായിരുന്നു. അവന്റെ മാസപ്പടിയും കാത്തിരി ക്കുക ഒരു ശീലമായിക്കഴിഞ്ഞിരുന്നു. അത്യാവശ്യവും. ഏറെ കഷ്ട പ്പെട്ടിട്ടാണ് കുഞ്ഞുണ്ണി നാടുവിട്ടത്. അതിൽപിന്നെയാണ് കൃത്യ മായി വീട്ടിൽ അടുപ്പെരിയാൻ തുടങ്ങിയത്.

ആണ്ടിലൊരിക്കൽ കുഞ്ഞുണ്ണി നാടു കാണാൻ വരും. പട്ടാള ത്തിൽ നിന്നു വരുന്നവരെ കാണാൻ മുഴുവൻ നാട്ടുകാരും വീട്ടി ലെത്തും. കാൽസരായിയും ട്രങ്ക് പെട്ടിയും. പിന്നെ പെട്ടി തുറക്കു മ്പോൾ കുമുകുമാന്ന് പുറത്തേക്കുയരുന്ന മണം. ഉടുപ്പിനും മിഠാ യിക്കും ബിസ്കറ്റിനുമെല്ലാം ഒരു തരം പാറ്റഗുളികയുടെ മണം. എല്ലാ പട്ടാളക്കാരുടെ പെട്ടിയിലും ഇതേ മണമാണെന്ന് തങ്കത്തിനു തോന്നിയിട്ടുണ്ട്.

പോസ്റ്റുമാനെ കണ്ടപ്പോൾ നാരായണിയമ്മ ചോദിച്ചു, "മണി യോർഡറാവും അല്ലേ?"

"അല്ല."

"പിന്നെ എഴുത്തായിരിക്കും."

"ഇതൊന്നുമല്ല."

അയാൾ ഒരു തുണ്ടുകടലാസ് എടുത്ത് നീട്ടി.

"ഇതെന്താ എന്റീശ്വരാ."

നാരയണിയമ്മ രണ്ടാമത്തെ മകനെ വിളിച്ചു.

"ഗോപാലാ, ഇതൊന്ന് നോക്ക്."

അയാളുടെ ദൃഷ്ടികൾ അക്ഷരങ്ങളിൽ തങ്ങിനിന്നു. പിന്നെ കണ്ണീർക്കടലെടുത്ത് ആ കടലാസുപോലും കുതിർന്നലിഞ്ഞു. പക്ഷേ മനസ്സിൽ ആ വരിയും വാക്കുകളും ചാട്ടുളികൊണ്ട് കുത്തി വരച്ചപോലെ തെളിഞ്ഞു.

'കുഞ്ഞുണ്ണി എക്സ്പയേഡ്!'

കമ്പിയടിക്കുമ്പോൾ വാക്കുകൾക്ക് മയമുണ്ടാവില്ലല്ലോ.

"ചിറ്റൂ, നമ്മളിതെങ്ങടാ നടക്കണേ?"

കാർത്തുവിന് സംശയം. ചിറ്റു ഈ ലോകത്തിൽത്തന്നെയല്ലേ. പക്ഷേ ഏതോ വലിയ ചിന്തയിലാണ്.

"ചിറ്റൂ..." കാർത്തു വിളിച്ചുണർത്തി.

"ഞാനിപ്പോഴും തെക്കേടത്ത് തന്നെയാ കാർത്തൂ. ആ കമ്പി വന്ന ദിവസം, എന്തൊരു കരച്ചിലും ബഹളവുമായിരുന്നെന്നോ? ഇപ്പോഴും അത് കാതിൽ വന്നലയ്ക്കുന്നതുപോലെ."

"അന്ന് ചിറ്റു എത്രാംക്ലാസിലായിരുന്നു?"

ഓർമ്മ പരിശോധിക്കാനെന്നപോലെ കാർത്തു ചോദിച്ചു.

"അഞ്ചിലോ ആറിലോ... അതിൽകൂടുതലാവില്ല."

"എത്ര കാലായി. എന്നിട്ടിപ്പോ ചിറ്റു കൃത്യമായിട്ട് ഓർക്കുമ്പോ, എന്തോ ഒരു പന്തികേട്..."

"അതൊരു പന്തികേട് തന്ന്യാ കാർത്തൂ. അല്ലെങ്കിൽ പിന്നെ ഏതു കുട്ടിയാ ഈ പ്രായത്തിലും അതേക്കുറിച്ച് ഓർത്ത്... എന്നെപ്പോലെ... പക്ഷേ നിനക്കത് മനസ്സിലാവില്ല. നിനക്കെന്നല്ല ആർക്കും. കുഞ്ഞുണ്ണ്യേട്ടന്റെ അനിയൻ ഗോപാലൻ. അന്ന് ഏറ്റവുമധികം കരഞ്ഞു ബഹളമുണ്ടാക്കിയത് ഗോപാലേട്ടനാ. വല്യ ആഢ്യത്തം കാട്ടണ ആളാ. ഭയങ്കര ഭക്തിയും കാണിച്ചിരുന്നു. വല്യ ഭക്തനായിട്ടും ഇങ്ങനെയൊക്കെ വന്നല്ലോ എന്ന് അമ്പലത്തിലെ പ്രതിഷ്ഠയോടുവരെ കലഹിച്ച ആളാ. ഇപ്പൊ എനിക്ക് തോന്ന്വാ, ഭക്തിയല്ല, അഹങ്കാരമായിരുന്നൂന്ന്. അതാവും ശരി."

"അതൊക്കെ വിട് ചിറ്റൂ. അതൊക്കെ തേവര് നേരെയാക്കിക്കോളും. ചിറ്റു നേരത്തേ പറഞ്ഞ കഥ പറയ്. അങ്ങേരുടെ അഹങ്കാരത്തിന് എന്റെ കഥയുമായി നല്ല ബന്ധമുണ്ട്, അതല്ലേ?"

തങ്കം ഓർമ്മകളുടെ നൊമ്പരത്തിൽ പുളഞ്ഞു. ആ ഒരു നിമിഷം രാമായണത്തിലെ സീതയെപ്പോലെ ഭൂമി പിളർന്ന് താഴ്ന്നുപോയെങ്കിൽ എന്നുവരെ മോഹിച്ച ആ നിമിഷം. ആ ഓർമ്മപോലും അവരെ വല്ലാതെ ക്ലേശിപ്പിച്ചു.

"കല്യാണം കഴിഞ്ഞ് ആദ്യമായി നാട്ടിലെത്തിയതാണ്. ഒന്നിച്ച് അമ്പലത്തിലൊന്നു തൊഴാൻ. എന്നിട്ട് എന്താണ്ടായേ എന്ന് നിനക്ക് ഊഹിക്കാൻപോലുമാവില്ല കാർത്തൂ. ആലോചിക്കാൻ പറ്റാത്തത്ര ദണ്ണം ഞാനനുഭവിച്ചു. നാട്ടുകാരെ കൂട്ടി ഞങ്ങളെ തടഞ്ഞുവെച്ചു. തെരുവുനായയെപ്പോലെ ആട്ടിയോടിച്ചു. കല്ലെറിഞ്ഞില്ല്യാന്നു മാത്രം. പകരം ഒരിക്കലുമലിയാത്ത ശകാരവാക്കുകൾ കൊണ്ടെറിഞ്ഞു വീഴ്ത്തി. ജീവിതത്തിൽ ഏറ്റവുമധികം അപമാനിക്കപ്പെട്ട നിമിഷം. ഇന്നും ഓർക്കുമ്പോൾ ചൂളിപ്പോവ്വാ. അതിനൊക്കെ മുൻപന്തിയിൽ നിന്നത് ആരാന്നറിയ്യോ? ഗോപാലേട്ടൻ. അന്നു ഞാനനുഭവിച്ച വേദന, അപമാനം. അതൊന്നും ആർക്കും അറിയില്ല. അറിയാൻ ആരും മെനക്കെട്ടില്ല, ഇന്നോളം."

“ഇത്രയൊക്കെ വിഷമിപ്പിച്ചിട്ട് ചിറ്റു ഒന്നും മിണ്ടിയില്ലേ?” കാർത്തുവിന് അത്ഭുതം. അതിനേക്കാൾ അമർഷവും.

“എങ്ങനെ, എന്തു മിണ്ടാൻ? മനസ്സും ബുദ്ധിയും മാത്രമല്ല ശരീരവും മരവിച്ചുപോയി. നിന്നിടത്തുനിന്ന് അനങ്ങാൻ കഴിയാതെ. എന്താണ് നടക്കുന്നതെന്നുപോലും തിരിച്ചറിയാനാവാതെ. പിന്നെ എങ്ങനെ പ്രതികരിക്കും? ഇന്നും അതേ മരവിപ്പുതന്നെ കാർത്തൂ. ആ പടിക്കൽനിന്ന് ഒരു ചുവടുപോലും അനങ്ങാൻ കഴിഞ്ഞില്ല എനിക്ക്.”

കാർത്തു തങ്കത്തിന്റെ തോളിൽ കൈത്തലമമർത്തി. ഒരു മാത്ര അവളുടെ സ്പർശത്തിൽ അവർ സാന്ത്വനമറിഞ്ഞു. പിന്നെ എന്തോ ഓർത്തതുപോലെ തുടർന്നു.

“അന്ന് ആ ബഹളങ്ങളിലൊക്കെ നിർമമനായി, നിശ്ചിതനായി ഒരാൾ മാത്രം – പരശുമാമ. കുഞ്ഞുണ്ണ്യേട്ടൻ മരിച്ച വാർത്ത വന്നപ്പോഴും പരശുമാമയ്ക്ക് അതേ ഭാവം തന്നെയായിരുന്നു – തികഞ്ഞ നിർവ്വികാരത. എല്ലാവരുടെ ദൃഷ്ടിയിലും അദ്ദേഹം ഭ്രാന്തനായിരുന്നല്ലോ. ശുദ്ധാശുദ്ധങ്ങളില്ലാതെ തൊട്ടുതീണ്ടി തിന്നും കുടിച്ചും നടന്നിരുന്ന ഭ്രാന്തൻ!

“അങ്ങേർക്ക് ശരിക്കും ഭ്രാന്തായിരുന്നോ?” കാർത്തുവിനും ശങ്ക.

“എനിക്കറിയില്ല. ആയതാണോ ആക്കിയതാണോ? കുട്ടിക്കാലം മുതലേ ഞാൻ കണ്ടിട്ടുള്ളതാണ്. ചിരിക്കില്ല. കരയില്ല. ആരോടും മമതയില്ല. ദേഷ്യമില്ല. പിണക്കമോ പരിഭവമോ ഇല്ല. പകയുമില്ല. ഒരിക്കലും ഒരു വികാരഭേദം ആ മുഖത്ത് താൻ കണ്ടിട്ടില്ലെന്ന് തങ്കത്തിന് ഉറപ്പാണ്. രാവിലെ മുതൽ പരശുമാമ നടപ്പു തുടങ്ങും. എങ്ങോട്ടെന്നില്ലാതെ. അദ്ദേഹത്തിന്റെ വഴിയും വിചാരവും ആരറിഞ്ഞു. അതിനെക്കുറിച്ച് ആരെങ്കിലും എന്തെങ്കിലും ആലോചിച്ചിട്ടുണ്ടോ എന്നുതന്നെയറിയില്ല. മുട്ടോളം കയറ്റിയുടുത്ത ഒരൊറ്റ മുണ്ട്. അതായിരുന്നു അദ്ദേഹത്തിന്റെ വേഷം – ഈ ലോകവുമായി ബന്ധിപ്പിക്കുന്ന ഒരേയൊരു കണ്ണി.

തണുപ്പത്തെന്നപോലെ എപ്പോഴും മാറിൽ പിണച്ചുവെച്ച കൈകൾ ഒരിക്കലും നിവർത്തി കണ്ടിട്ടില്ല. ഒന്നിലും ഉറയ്ക്കാത്ത ദൃഷ്ടികൾ; ആരെയും കാണാത്ത മട്ടിൽ. ആരും തന്നെ കാണുന്നില്ലെന്ന മട്ടിൽ. ആ നടപ്പിന് എന്തെങ്കിലും ദിശാബോധമുണ്ടായിരുന്നോ എന്ന് അന്ന് താൻ ആലോചിച്ചിട്ടില്ല. നടക്കുന്നതിനിടയിൽ പരശുമാമ ചിലപ്പോൾ ചൂളിപ്പോവുന്നതു കാണാം. കാല്, കല്ലിന്റെ മുനയിൽ കൊണ്ടതുകൊണ്ടാവാം എന്നാണ് വിചാരിച്ചത്. അമ്മയാണ് പറഞ്ഞത്, അങ്ങേരുടെ കാലില് ആണീണ്ട് അതാ.

ആരെന്തു ചോദിച്ചാലും മറുപടി പറയാറില്ല. കേൾക്കുന്നുണ്ടോ എന്നുതന്നെയറിയില്ല. തികഞ്ഞ മൗനം മാത്രം. അതൊരു യോഗി യുടെ മൗനമായിരുന്നിരിക്കാമെന്ന് ഇപ്പോൾ തോന്നുന്നു. ആത്മാ വിൽ സമ്പന്നനായിരിക്കുമ്പോൾ സംസാരം തീർത്തും നിരർത്ഥക മായിരിക്കുമല്ലോ. അങ്ങനെ ചിന്തിക്കാൻ അന്ന് തനിക്കും ആത്മ ബോധമില്ലായിരുന്നൂലോ.

ആയകാലത്ത് ജാതീം മതോം വേദോം ഒന്നൂല്യാണ്ടല്ലേ കഴി ഞ്ഞത്. അതോണ്ടന്യാ ഇങ്ങനെ. ബുദ്ധിക്ക് സ്ഥിരതയില്ലാണ്ട് ഒരു ജന്മം! അതാണ് സാമാന്യനിയമം എന്ന് എല്ലാവരും തിട്ടപ്പെടുത്തി."

തങ്കത്തിന്റെ മനസ്സിൽ പല ചിത്രങ്ങളും തെളിഞ്ഞു മാഞ്ഞു. കാലം വരച്ചിട്ട അനശ്വരഭാവങ്ങൾ. ശവം ചുമന്നു നടന്നിരുന്ന ജഡ ഭരതൻ, പാറയുരുട്ടിക്കളിച്ചിരുന്ന നാറാണത്തു ഭ്രാന്തൻ. പിന്നെ ചുടലപ്പറമ്പിൽ മൃതദേഹങ്ങൾക്കൊപ്പം കാലം പോക്കിയ ഹരി ശ്ചന്ദ്രൻ. അവരിലൊരാളായി, ഇതാ പരശുമാമയും. ആ പൊരുളറി യാൻ കഴിയാത്തവർ ജാതിയെ പഴിച്ച് കൂപമണ്ഡൂകങ്ങളെപ്പോലെ.

"കാർത്തൂ..." തങ്കം വിളിച്ചു അവളാകെ അമ്പരപ്പിലാണ്. ഒരി ക്കലും മറക്കാനാവാത്ത ഓർമ്മകൾ ബുദ്ധിയെപ്പോലും വളഞ്ഞിട്ട് വശപ്പെടുത്തിയപ്പോൾ എന്തൊക്കെയോ ഭാവപ്പകർച്ച. താൻ മന പ്പൂർവ്വമായിരുന്നില്ലല്ലോ. എന്നിട്ടും തങ്കത്തിന് ഖേദം മറച്ചുവെയ്ക്കാ നായില്ല.

"കാർത്തൂ, ഈ നാട്ടിൽ വന്നാൽ എനിക്ക് ആഘോഷിക്കാനാ വില്ല മോളേ. അത്രയ്ക്ക് കണ്ണീരിന്റെ കയ്പ് രുചിച്ചിട്ടുണ്ട്."

അതു പറയുമ്പോൾപോലും തങ്കത്തിന്റെ കണ്ണുകൾ നിറഞ്ഞു.

"നിയ്യ് ഒന്നോർത്തു നോക്ക് കാർത്തൂ. പാരമ്പര്യമായി ജന്മ ങ്ങളിലെ ഏതോ ഒരു കണ്ണി അടർന്നുവീഴുന്നുണ്ടോ? പരശുമാമ, ശ്രീധരേട്ടൻ, പിന്നെ ഏറ്റവുമൊടുവിൽ നമ്മുടെ രാജു... ഒരു തനിയാ വർത്തനത്തിന്റെ വിരസതയറിയുന്നുണ്ട് ഞാൻ. അതിലേറെ വേദ നയും."

തങ്കം പതുക്കെ മുമ്പോട്ടു നടന്നു. ഓർമ്മകളെ പിന്നിലാക്കാൻ പാടുപെട്ടു.

ഏഴ്

ഒന്നും ഓർമ്മിക്കാതിരുന്നെങ്കിൽ എത്ര നന്നായിരുന്നു. പക്ഷേ, ഈ ഗ്രാമം, അതിന്റെ ഓരോ മൺതരിയും പുൽച്ചെടിയും തന്നെ ഭ്രമിപ്പിക്കുന്നു. എത്ര അകലെ ആയിരിക്കുമ്പോഴും ഇവിടത്തെ ഓർമ്മകളിൽ അലയാൻ മനസ്സ് കൊതിക്കുന്നു. എല്ലാം മരീചിക പോലെ അടുത്തുവരുമ്പോൾ നൊമ്പരവും നിരാശയും നിറച്ച് തന്നെ അകറ്റിനിർത്തുന്ന നാടും നാട്ടുകാരും ഇനി... ഇനി ഒരിക്കലും തനിക്ക് പഴയ. ബന്ധങ്ങളിലേക്ക്, ആ വിശുദ്ധിയിലേക്ക് തിരിച്ച് ഒഴുകാനാവില്ല. പിന്നിലേക്ക് ഒഴുകുന്ന പുഴപോലെ മോഹങ്ങളും സ്വപ്നങ്ങളും ഒരിക്കലും ഒരിടത്തും എത്താതെ എവിടെയും ആരിലും തങ്ങാതെ എന്നും ഒറ്റയ്ക്ക്, കൂട്ടത്തിൽ കൂടാൻ കഴിയാതെ നിഷ്കാസിതയായി... തങ്കം തളർന്ന മനസ്സുമായി തിരിച്ചുനടക്കാൻ തുടങ്ങി.

കാർത്തു ഒന്നും മിണ്ടാതെ ഒപ്പം നടന്നു. അവളുടെ പ്രകൃതം സമ്മതിക്കുന്നില്ലെന്നു തോന്നി. ഒരു നിമിഷംപോലും അവൾ നിശ്ശ ബ്ദയായി കാണാറില്ലല്ലോ. അതിനവൾക്കു കഴിയുകയുമില്ല.

"ചിറ്റൂ, ഇങ്ങനെ വിഷമിക്കാനാണോ നമ്മള്... അതൊക്കെ കള ചിറ്റൂ. ഇപ്പൊ എല്ലാവരും എല്ലാം മറന്നുകാണും. പിന്നെന്തിനാ ഇങ്ങനെ...

"പക്ഷേ തനിക്ക് ഒന്നും മറക്കാൻ കഴിയുന്നില്ലല്ലോ ഈശ്വരാ..."

"അതേയ്... പണ്ട് ചിറ്റു ദുബായിൽ വന്നതോർമ്മയുണ്ടോ? എന്തു രസായിരുന്നു. നമുക്ക് അതൊക്കെ ഓർക്കാം. അല്ലാതെ.."

കാർത്തു – അവളെന്നും അങ്ങനെയാണ്. സന്തോഷിച്ച ഓരോ നിമിഷവും ഓർത്തോർത്ത് അയവിറക്കുന്ന സ്വഭാവം. പലരും പല പ്പോഴും തിരിച്ചാണ്. സന്തോഷങ്ങൾ, ആഹ്ലാദങ്ങൾ എല്ലാം ആ കുറച്ചു സമയത്തിലേക്കു മാത്രം ചുരുങ്ങി ഒതുങ്ങുന്നു. ക്രമേണ മറവിയിലമരുകയും ചെയ്യുന്നു. എന്നാൽ നോവുകൾ... ഓരോ

നൊമ്പരപ്പൂവും വിരിഞ്ഞടർന്ന നിമിഷങ്ങൾ. വാടിയിട്ടും കൊഴി യാൻ മടിച്ച് ഓർമ്മകളിൽ ഒട്ടിനിൽക്കും. ഇടയ്ക്കിടയ്ക്ക് മനസ്സിന്റെ വാതിൽ തള്ളിത്തുറന്ന് ഇതാ ഞാനിവിടെയുണ്ട് എന്ന് അനുവാദ മില്ലാതെ കടന്നുവരും.

എല്ലാത്തവണയും അവധിക്കു വരുമ്പോൾ കാർത്തു നിർബ ന്ധിക്കും - ഞങ്ങളുടെ കൂടെ ഇത്തിരി ദിവസം... വെറുതെ ചിരിച്ചു തള്ളിയ മോഹം. പക്ഷേ അവൾ വിടുന്ന ലക്ഷണമില്ലായിരുന്നു.

“നിനക്കിങ്ങനെയൊക്കെ പറയാം. എല്ലാം ഇട്ടെറിഞ്ഞ് എങ്ങന്യാ കാർത്തൂ? രണ്ടു ദിവസമായാലും അതു വയ്യ. ബുദ്ധിമുട്ടായിരിക്കും.”

“സൗകര്യം കുറച്ചു കുറവായിരിക്കും. കൊച്ചു ഫ്ളാറ്റല്ലേ. എന്നാലും ചിറ്റൂ....”

“അതെയതെ. നിന്റെ ചെറിയച്ഛൻ, രാജാവിന്റെ കൊച്ചുമോനല്ലേ. എങ്ങന്യാ കൊച്ചുഫ്ളാറ്റിൽ... നീയൊന്നു ചുമ്മാതിരിക്ക് കാർത്തൂ.”

അദ്ദേഹം അതേറ്റുപിടിച്ചതോർത്തപ്പോൾ തങ്കത്തിന്റെ മനസ്സ് തെളിഞ്ഞു. മഴക്കാറകന്ന മാനംപോലെ. അവർ ചിരിച്ചുപോയി.

“ഓഹോ. അത്രയ്ക്ക് കളിയാക്കല്ലേ. ഞാൻ രാജകുമാരനെ പ്പോലെയാണ് വളർന്നത്.”

തിരിച്ചുപോയാലും ഓരോ തവണ ഫോൺ ചെയ്യുമ്പോഴും അവ ളോർമ്മിപ്പിക്കും. അങ്ങനെ ഒടുവിൽ അവളുടെ നിർബന്ധത്തിന് വഴങ്ങി ഒരാഴ്ച അവധിയെടുത്തു.

* * *

വർഷങ്ങൾക്കുശേഷം വീണ്ടും ഒരു മധുവിധു. ആ ഓർമ്മയിൽ തങ്കം വീണ്ടും ചിരിച്ചു.

അവൾക്കിഷ്ടമുള്ളതെല്ലാം കെട്ടിപ്പെറുക്കി ഒരു യാത്ര.

“അവളുടെ നൊസ്റ്റാൾജിയ തീർക്കണമെങ്കിൽ തന്റെ ഗ്രാമം തന്നെ തൂക്കിയെടുത്ത് ദുബായിലെത്തിക്കണം, അല്ലേ തങ്കം.”

“അതു ശരിയാ. പണ്ട് ഹനുമാൻമരുത്വാമല ചുമന്നതുപോലെ.”

അന്ന് എത്ര ചിരിച്ചു. ആ ചിരി വീണ്ടും അതേപടി തങ്കത്തിന്റെ മനസ്സിൽ തിരയിളക്കി. അവർ ഉറക്കെ ചിരിച്ചു.

“കാർത്തൂ, അന്ന് നിന്റെ ചെറിയച്ഛൻ പറഞ്ഞതോർത്ത് ചിരിച്ച താണ്. നിന്റെ നൊസ്റ്റാൾജിയയെപ്പറ്റി. എത്ര നാളായി നിയ്യ് ഈ നാടും വിട്ടിട്ട്. എന്നിട്ട് ഇനിയും...?”

"ശ്ശൊ എന്റെ ചിറ്റൂ. എനിക്കറിയില്ല. ഇവിടത്തെ ഈ കാറ്റും മഴയും പുഴയും. പിന്നെ പുല്ലും പൂവും എന്നുവേണ്ട, നമ്മുടെ റോഡിൽക്കൂടെ ഓടുന്ന ബസ്സില്ലേ, അതുവരെ. ഫ്ളൈറ്റ് എനിക്ക് ഇഷ്ടമേയല്ല. ബസ്സിലൊക്കെ തിക്കിത്തിരക്കിയുള്ള ഒരു യാത്ര. എത്രയായാലും മടുക്കില്ല."

"ഇപ്പൊ അവിടേം വേണ്ട പച്ചപ്പൊക്കെയുണ്ടല്ലോ."

"അതൊക്കെ ശരിയാ. എന്നാലും നമ്മുടെ നാട്. ഓ.. അതെന്റെ.."

പറ്റിയ വാക്കു കിട്ടാഞ്ഞിട്ടാവാം നെഞ്ചിൽ ഇരുകൈകളും ചേർത്തമർത്തി കണ്ണടച്ചിരുന്നു. ഏതോ നിർവൃതിയിലെന്നപോലെ.

നോക്കെത്താദൂരത്തോളം മണൽക്കാടുകൾ എന്നൊക്കെ കേട്ടിട്ടുണ്ട്. കണ്ടപ്പോൾ വിശ്വസിക്കാനായില്ല. ഹരിതാഭമായ നാട്. വൃത്തിയുള്ള വീതിയേറിയ വീഥിയുടെ ഇരുവശങ്ങളിലും മാവും മുരിങ്ങയും ഇലച്ചില്ലകൾ നീട്ടി നമ്മളെ തൊട്ടുരുമ്മി കുശലം പറയും. ഞങ്ങളും ഇവിടെയുണ്ട്ട്ടൊ എന്ന്.

"മരുഭൂമീന്ന് പറഞ്ഞിട്ട് ഒന്ന് തൊട്ടെടുക്കാനും കൂടിയില്ലല്ലോ കാർത്തൂ."

"ആ... ചിറ്റൂന്റെ പരാതി ഇവിടെ ഒരാള് തീർത്തുതരും."

ദാമു, ഡെസർട്ട് സഫാരീടെ ആശാനാണ്. അയാളുടെ വണ്ടിയിൽ യാത്രതിരിച്ചു. നഗരം മണലാരണ്യത്തിലേക്ക് കൂടു മാറിയതെപ്പോഴാണെന്നുപോലും തിരിച്ചറിയാനായില്ല. എവിടെ നോക്കിയാലും മണൽപ്പരപ്പു മാത്രം. അവിടവിടെ മലപോലെ മണൽക്കൂനകൾ. നിമ്നോന്നതങ്ങളിലൂടെ തഞ്ചത്തിൽ, താളത്തിലൊഴുകുന്ന വണ്ടി. ദാമു മണൽക്കാറ്റിനെക്കുറിച്ചും മരീചികകളെക്കുറിച്ചും വാതോരാതെ സംസാരിച്ചുകൊണ്ടിരുന്നു.

അനന്തമായ സമുദ്രംപോലെ മരുഭൂമി. എങ്ങനെയാണ് ഈ യാത്രയിൽ ലക്ഷ്യത്തിലെത്തുക? വഴിയറിയാതെ വല്ലയിടത്തും പെട്ടുപോയാലോ? എന്റീശ്വരാ! ഉറക്കെ വിളിച്ചുപോയി.

"പേടിക്കേണ്ട തങ്കം."

അദ്ദേഹം തന്റെ കൈകളിൽ സ്നേഹപൂർവ്വം അമർത്തിപ്പിടിച്ചു. "അയാളെത്ര കാലമായി ഇവിടെ ഇങ്ങനെ വണ്ടിയിൽ. താനൊന്ന് പുറത്തേക്ക് നോക്ക്യേ."

അങ്ങ് ദൂരെ ചക്രവാളത്തിലെന്നപോലെ ചുവന്നുതുടുത്ത് ചിരിക്കുന്ന സൂര്യൻ. അദ്ദേഹം മനോഹരമായി അത് ക്യാമറയിൽ ഒപ്പിയെടുത്തു.

“നമ്മള് ക്യാമ്പിലെത്താറായി ചിറ്റൂ. ബെല്ലി ഡാൻസ് കാണണ്ടേ?”

“ഡാൻസ് കാണണം. പക്ഷേ ബെല്ലി വേണമെന്നില്ല.”

എല്ലാവരും ഉറക്കെ ചിരിക്കുന്നതിനിടയിൽ ദാമു വണ്ടി പാർക്കു ചെയ്ത് ഇറങ്ങി.

മരുഭൂമിയെവിടെ? മനോഹരമായി അലങ്കരിച്ച രാജസദസ്സിലെത്തിയ പ്രതീതി. തങ്കം അമ്പരപ്പോടെ ചുറ്റും നോക്കി. ഭംഗിയുള്ള ഇരിപ്പിടങ്ങൾ. ഭക്ഷണശാലയും ശൗചാലയവും വരെയുണ്ട്. എല്ലാം കൂടി ഒരുത്സവംതന്നെ. മെഹന്ദിയിട്ടുകൊടുക്കുന്നിടത്ത് വലിയ തിരക്കാണ്. അന്ന് ഭാനു കൊച്ചുകുട്ടിയാണ്. അവൾക്ക് മൈലാഞ്ചിയിടാൻ തിരക്കായി. അടുത്തിരുന്ന തന്നോട് അദ്ദഹം നിർബന്ധിച്ചു.

“തന്റെ കൈയിലും ഇത്തിരി മെഹന്ദിയാവാം തങ്കം.”

കൈ പിടിച്ചുവെച്ച് മനോഹരമായ ചിത്രം വരപ്പിച്ചതോർത്തപ്പോൾ തങ്കത്തിന് ആത്മാവിൽ കുളിരു കോരി.

“നഖം നീട്ടിവളർത്തി ഇത്തിരി നെയിൽപോളീഷുംകൂടി ആയാൽ അസ്സലായേനേ.”

അദ്ദേഹം അനുമോദനസൂചകമായി തള്ളവിരൽ ഉയർത്തിക്കാണിച്ചു.

“അതെയതെ. ഇതൊക്കെയിട്ട് അങ്ങോട്ടു ചെന്നാൽ... ഹോസ്പിറ്റലിൽ പോകേണ്ടതാ.” തങ്കം പരിഭവം നടിച്ചു.

“ഏയ്, അപ്പോഴേക്കും ഇതൊക്കെ മാഞ്ഞുപോവും തങ്കം. ഇല്ലെങ്കിൽ ഞാൻ മായ്ച്ചുതരാം. താനിപ്പൊ ആഘോഷിക്ക്.”

തന്റെ കൈവെള്ളയിൽ നോക്കി അദ്ദേഹം ചിരിച്ചു.

ഇരുൾ പരന്നുതുടങ്ങി. സൂര്യാസ്തമയം എപ്പോഴായിരുന്നു. തങ്കം നാലുപാടും നോക്കി. തണുപ്പു വീഴാൻ തുടങ്ങിയിരിക്കുന്നു. കാർത്തു ബാഗിൽനിന്ന് ഷാളെടുത്തു നീട്ടി.

“ഒന്നു മതി കാർത്തൂ. ഞങ്ങൾക്ക് രണ്ടാൾക്കും അതോണ്ട് പുതയ്ക്കാം.”

രണ്ടുപേരും ഒരു ഷാളിനകത്ത് ഒതുങ്ങിയൊളിച്ചപ്പോൾ കാർത്തു കളിയാക്കി.

“ദാമുവേട്ടാ, ഇതു കണ്ടോ. ചിറ്റൂന് ഹണിമൂൺ.”

ഒരു ഫോട്ടോ. ഷാളിനുള്ളിൽ അദ്ദേഹം തന്നെ കൂടുതൽ ചേർത്തുപിടിച്ചു. ആ സ്നേഹച്ചൂടിൽ മരുഭൂമിയിലെ മഞ്ഞുറയുന്ന തണുപ്പ് ഉരുകിയലിഞ്ഞു.

"ചിറ്റൂ, ഇപ്പോഴും ദുബായിലാ?"

കാർത്തുവിന്റെ ചോദ്യം കേട്ട് ഓർമ്മകൾ ദുബായിൽനിന്ന് നാട്ടിൽ പറന്നിറങ്ങി.

* * *

"എവിടെ എത്തീന്നാ വിചാരം? നടന്നുനടന്ന് അമ്പലം കഴിഞ്ഞിരിക്കുന്നു."

"നിങ്ങൾ അമ്പലത്തീന്നു വര്വാ?"

ശാന്തേടത്തി നേരത്തെ തൊഴുതു മടങ്ങിയിരിക്കണം.

"ഏയ്... വെറുതെ ഒന്നിറങ്ങി. എത്തിയപ്പോഴേക്കും നട അടച്ചു കഴിഞ്ഞു. ഈ കാർത്തു ഒരിടത്ത് ഇരുത്തിയിട്ടു വേണ്ടേ?"

തങ്കം സ്നേഹപൂർവ്വം അവളെ കുറ്റപ്പെടുത്തി.

"ആ... ഒരു കാര്യം മറന്നു തങ്കം. ഇന്നലെ വന്നപ്പൊ ഓർമ്മിപ്പിക്കാനും തരായില്ല. നിയ്യ് ഇങ്ങടൊന്ന് കേറീട്ട് പോണം. ഒരു നിമിഷം. അത്രയക്ക് മതി."

ഏടത്തിക്കൊപ്പം നടന്നു.

"നമ്മുടെ രാജൂന്റെ കാര്യാണ്. ഇവിടെ ആയിരുന്നൂലോ അവസാനം. എല്ലാം ഇന്നലെ കഴിഞ്ഞതുപോലെ."

മറക്കാനാഗ്രഹിച്ചതൊക്കെ വീണ്ടും ഉയിർക്കുകയായിരുന്നു. വല്ലാത്ത ഒരു ദുര്യോഗംതന്നെ.

"എന്തായിരുന്നു രാജുവിന്റെ പ്രശ്നം?"

"എങ്ങനെ നടന്നതാ. എല്ലായിടത്തും എന്തിനും അവന്റെ സാന്നിധ്യമുണ്ടാവും. നാട്ടിലും വീട്ടിലും ഒരുപോലെ പ്രിയപ്പെട്ടവൻ. മാന്യൻ. പെട്ടെന്നാണ് അടിമുടി ഒരു മാറ്റം. ഒരേ മൗനം. വിഷാദം. പിന്നീട് നടന്നതെന്തൊക്കെയായിരുന്നു."

ഏതോ കർമ്മപ്പിഴ പിൻതുടരുന്നുണ്ടെന്ന ആശങ്കയിൽ തങ്കത്തിന്റെ മനസ്സുഴറി.

അന്ധവിശ്വാസങ്ങൾ, ആചാരങ്ങൾ, ജാതിപ്പേക്കൂത്തുകൾ - എങ്ങനെ, എപ്പോഴാണ് അവൻ അതിന്റെ ഊരാക്കുടുക്കിലകപ്പെട്ടത്?

"ജാതീം മതോം ഒക്കെ വേണ്ടതുതന്ന്യാ. എന്നാലും എന്തു കാര്യത്തിനും ഞാൻ നിന്റെ കൂടെയുണ്ടാവും തങ്കം."

ആ വാക്കുകൾ മനസ്സിൽ ദൃഢമായും സ്ഫുടമായും മാറ്റൊലി കൊണ്ടു.

“മുകുന്ദേട്ടന്റെ അടുത്തുതന്നെ ആയിക്കോട്ടേന്നു വെച്ചു. ഇവിടെ ഈ മണ്ണിൽ. ഇത്രടം ഞാനൊന്നും ചെയ്യാറില്ല തങ്കം. അതങ്ങനെ കിടന്നോട്ടെ.”

ആ മണ്ണിൽ കമിഴ്ന്നുകിടന്ന് ചെവിയോർത്താലോ എന്നു തോന്നി തങ്കത്തിന്. രാജുവിന്റെ മനസ്സറിയാൻ കഴിഞ്ഞാലോ, എന്തെങ്കിലും....

“നിന്നെ വിഷമിപ്പിക്കാനല്ലട്ടോ. അപ്പളൊന്നും നീയിവിടെ ഇല്ലായിരുന്നൂലോ.”

മുകുന്ദേട്ടൻ! ശാന്തേടത്തിയുടെ ഭർത്താവ് സ്വന്തം നാടും വീടും വിട്ട് ഒടുവിൽ ഇവിടെയായിരുന്നു. സോഷ്യലിസം. അതിനുവേണ്ടിയുള്ള വിപ്ലവം. എല്ലാം ആവോളം മനസ്സിലൊളിപ്പിച്ച് നിസ്സംഗനായി, നടന്ന്... കടന്നുപോയി. ഒന്നോർത്താൽ എല്ലാവർക്കുമുണ്ടാവില്ലേ മനസ്സിൽ വിപ്ലവത്തിന്റെ ഒരു പൊരി. തങ്കം തന്റെയുള്ളിലേക്കു നോക്കി. അനീതിക്കെതിരെ, അക്രമങ്ങൾക്കെതിരെ ശബ്ദമുയർത്താനുള്ള ത്വര, ചില വ്യവസ്ഥിതികളെയെങ്കിലും മാറ്റിമറിക്കാനുള്ള വാശിയും മോഹവും. ഒരുപക്ഷേ സാഹചര്യങ്ങൾ അനുവദിച്ചിരുന്നെങ്കിൽ മറ്റാരേക്കാളും വിപ്ലവകാരിയായിരുന്നേനേ താൻ. അതിനു പറ്റിയ ഇടം തനിക്കില്ലായിരുന്നല്ലോ. തന്റെ നിയോഗം അതല്ലായിരുന്നിരിക്കാം.

വേണ്ട. ഒന്നും ഓർക്കണ്ട. ഇനിനി വയ്യ കാർത്തൂ. ബാക്കിയൊക്കെ പിന്നെയാവാം. അവർ വന്ന വഴിയേ തിരിഞ്ഞു നടന്നു.

എട്ട്

കാർത്തുവിന്റെ വീട്ടിലെത്തുന്നതിനു മുമ്പുതന്നെ, ഏടത്തിയുടെ ഫോൺ.

"അയ്യോ, ഞാനൊന്നു മറന്നു. നാളെയോ മറ്റന്നാളോ കാവിലെ പറയെഴുന്നള്ളിപ്പുണ്ട്. കാലങ്ങളായി നിയ്യ് പറയെടുപ്പിനുണ്ടാവാറില്ലല്ലോ തങ്കം. പറ്റുമെങ്കിൽ ഇത്തവണ അതു കഴിഞ്ഞ് പോയാൽ പോരേ എന്ന് ചോദിക്കാനാ വിളിച്ചത്. കാർത്തു എന്തായാലും ഇവിടെ ഉണ്ടാവൂലോ. തറവാട്ടിൽ കൂടാം."

"കഴിയുംന്ന് തോന്നണില്യ ഏടത്തീ. അദ്ദേഹം അവിടെ ഒറ്റയ്ക്കാണ്. എത്ര ദിവസാന്ന് വെച്ചിട്ടാ ഞാനിങ്ങനെ... എന്നെ ഒരിടത്തും പറഞ്ഞയയ്ക്കാൻ ഇഷ്ടല്യാത്ത ആളാ. അറിയാലോ. എപ്പഴും ഞാൻ കൂടെയുണ്ടായാൽ അത്രേം നന്ന്."

"ഇപ്പഴല്ല. എന്നും അങ്ങനെത്തന്നെയായിരുന്നൂലോ. എന്നെങ്കിലും നിയ്യ് വരാറുണ്ടോ? ഒന്നിനൂല്യ."

ഏടത്തിയുടെ സ്വരഭേദം തങ്കത്തിന് പെട്ടെന്നു മനസ്സിലായി.

"ശരി. വെയ്ക്കട്ടെ."

എന്നും തന്റെ ജീവിതത്തിൽ ഇത് പതിവാണല്ലോ. തങ്കമോർത്തു. ആശ്വസിക്കാൻ ശ്രമിച്ചു. ഏതു മധുരത്തിലും ഒരു കല്ലുകടി. അതാണ് യോഗം. മാറ്റാനാവില്ല. ശ്രമിച്ചിട്ടും ഫലമില്ല.

പറയെടുപ്പെന്നു കേട്ടപ്പോഴേ കാർത്തുവിന് ആവേശമായി.

"ഒരു ദിവസം കൂടി നിൽക്ക് ചിറ്റൂ. വെളിച്ചപ്പാട് വരും. തുള്ളലും കല്പന പറയലുമൊക്കെ എനിക്ക് പേട്യാണ്. എന്നാലും ദേവീടെ കാര്യമല്ലേ."

ഭാനു നല്ല ഉറക്കമായിരുന്നു. ഉണർന്നിരിക്കുന്നതിനേക്കാൾ കൂടുതൽ സമയം ഉറങ്ങാനാണ് ഇപ്പോഴത്തെ കുട്ടികൾക്കിഷ്ടം. ഒരുകണക്കിനു നല്ലതാണെന്നു തങ്കത്തിന് തോന്നി. അത്രയും

നേരം എല്ലാം മറക്കാം. ഒന്നിനെക്കുറിച്ചും ആകുലപ്പെടേണ്ടല്ലോ. ഉറക്കമില്ലായ്മയാണ് തന്റെ ശാപം. കണ്ണടയ്ക്കാതെ മാനം നോക്കി കിടക്കുമ്പോൾ, എല്ലാ ദുശ്ചിന്തകളും തല പൊക്കും. അദ്ദേഹമാണെങ്കിൽ കൂർക്കം വലിച്ച് ഉറങ്ങുകയായിരിക്കും. ഇടയ്ക്ക് ഉണർന്നാൽ തന്റെ നെറ്റിയിൽ തലോടി ആശ്വസിപ്പിക്കും.

"പ്രാർത്ഥിച്ചു കിടന്നോളൂ. ഒന്നുമോർക്കരുത്. അപ്പൊ ഉറക്കം താനേ വന്നോളും."

"വല്ലാത്ത തലവേദന. കാർത്തൂ, നിയ്യ് കടുപ്പത്തിലൊരു കാപ്പി തരോ?"

കാപ്പിയുമായി വരാന്തയിൽ തന്നെയിരുന്നു. ഒപ്പം കാർത്തുവും. പെട്ടെന്ന് കാർത്തു വാചാലയായി.

"ചിറ്റു എത്ര കാലായി പറയെഴുന്നള്ളിപ്പ് കണ്ടിട്ട്?"

"ഒരുപാട് വർഷങ്ങളായി. കല്യാണം കഴിഞ്ഞതു മുതൽ കൂട്ടിക്കോളൂ."

തങ്കം വീണ്ടും മൗനത്തിലേക്ക് ഊളിയിട്ടു. പിന്നെ ആത്മഗതമുരുവിട്ടു. "ആരും കൂടെ കൂട്ടാറില്ലല്ലോ."

"അതൊക്കെ പോട്ടെ ചിറ്റൂ, ഞാൻ ചോദിച്ചതാ ഇപ്പൊ അബദ്ധമായത് എന്നു തോന്ന്വാ. പണ്ട് ഭാനു തീരെ ചെറുതായിരുന്നപ്പൊ ചിറ്റു വെളിച്ചപ്പാട് കളിച്ചത് ഓർക്കണുണ്ടോ? അതൊക്കെ മറന്നോ ചിറ്റൂ?"

"എങ്ങനെ മറക്കാനാ. എല്ലാത്തിനും നിയ്യല്ലേ ചൂട്ടുപിടിക്കുന്നത്. (അമ്മയുടെ ഭാഷയാണ്) എല്ലാത്തിനും എന്നെ എരികേറ്റും. എന്നിട്ട് തല്ലുകൊള്ളാൻ ചെണ്ട. പണം വാങ്ങാൻ മാരാരും. അല്ലേ കാർത്തൂ?"

കാർത്തു ചിരിയുടെ സ്വിച്ച് ഓണാക്കിവെച്ചുകഴിഞ്ഞു. ഇനി കറന്റ് പോയാലേ അത് ഓഫാവൂ.

"അയ്യോ, അമ്പലപ്പറമ്പില് നമ്മള് രണ്ടാളുംകൂടി ഓടി വീണത് അല്ലേ? അന്ന് ഞാൻ കൊച്ചുകുട്ടിയായിരുന്നില്ലേ?"

"അതെയതെ. പുറകെ ഓടിയ ഞാൻ വലിയ പെണ്ണും. പിന്നെ വഴക്കിന് ക്ഷാമമുണ്ടാവില്ലല്ലോ."

തങ്കത്തിന്റെ മനസ്സ് പതുക്കെപ്പതുക്കെ തെളിഞ്ഞുവന്നു.

ദീപാരാധന തൊഴുതുമടങ്ങുമ്പോൾ, കാർത്തു ആർക്കും പിടികൊടുക്കാതെ ഒറ്റ ഓട്ടം. താൻ അവളുടെ പുറകെ ഓടി. പിടികിട്ടുമെന്നായപ്പോൾ ഒരു കല്ലിൽ തട്ടി കമിഴ്ന്നടിച്ചുവീണു. പിന്നെ അമ്മയുടെ, ചേച്ചിയുടെ എല്ലാം ശകാരവർഷംതന്നെ.

"ഇപ്പോഴും കുട്ടിയാന്നാ വിചാരം. കർത്തൂന്റെ പ്രായയാണോ? അതോ അവളേക്കാൾ ചെറുപ്പമോ?"

ഞൊണ്ടി ഞൊണ്ടി വീട്ടിലേക്ക് നടക്കുമ്പോൾ അടി പുറകേ വരുന്നുണ്ടായിരുന്നു.

ഭാനു ഉറക്കം തെളിഞ്ഞ് എഴുന്നേറ്റു വന്നു.

"ഇവിടെ എന്താ ഒരു ബഹളം. ഇത്ര ചിരിക്കാനെന്താ?"

"പ്രത്യേകിച്ചൊന്നുമില്ല കുട്ടീ. ചിരിക്കാൻ അധികം കാര്യമൊന്നും വേണ്ടല്ലോ. ചെറിയ ഒരു തമാശപ്പൊരി. അത് ആളിക്കത്തിക്കണം. ഉറക്കെ ഉറക്കെ ചിരിക്കണം. അപ്പോൾ മനസ്സ് അപ്പൂപ്പൻതാടിപോലെ കനം കുറഞ്ഞ് ഉയർന്നു പറക്കും. എന്തു സുഖാന്നറിയ്യോ? അതിന് നമ്മളുംകൂടി മനസ്സ് വെയ്ക്കണം.

"എല്ലാവർക്കും കഴിയണ്ടേ?"

അവൾ രാത്രിയിലെ പരിഭവത്തിൽനിന്ന് ഉണർന്നിട്ടില്ലെന്നു തോന്നി. അങ്ങനെ വരാതിരിക്കാനാണല്ലോ മറവി. നാടകത്തിലൊക്കെ തിരശ്ശീലയിടുന്നതുപോലെ. തൽക്കാലത്ത് ഒന്നു മൂടി വെക്കണം. എന്നിട്ട് ഒരു ഹാസ്യരംഗമഭിനയിക്കണം. അതാണ് ജീവിതം.

"ചിറ്റു പണ്ട് വെളിച്ചപ്പാടായി അഭിനയിച്ചത് പറയൂന്നേ. ഇവൾക്കു വേണ്ടിയാണ് അന്ന് തുള്ളിയത്. നീയും കൂടി കേട്ടോ ഭാനൂ."

അവൾ ഒന്നും മിണ്ടാതെ അടുത്തുതന്നെയിരുന്നു.

"നമ്മൾ ദുബായിൽനിന്നും അവധിക്കു വന്ന സമയം. ഈ പെണ്ണിന് വെളിച്ചപ്പാട് എന്താന്നുപോലും അറിയില്ലായിരുന്നു. അങ്ങനെ ഒന്നും കണ്ടിട്ടൂല്യല്ലോ."

തങ്കം ആ പഴയ രംഗം ഒരിക്കൽകൂടി മനസ്സിൽ പുനരാവിഷ്കരിക്കാൻ ശ്രമിച്ചു. അന്ന് ഭാനു ദുബായിലായിരുന്നതുകൊണ്ടാണല്ലോ ഇതൊന്നും അറിയാതെ പോയത്. എന്നാൽ ഇന്നോ? അപൂർവ്വം ചില കുട്ടികൾ മാത്രം ഇതൊക്കെ കണ്ടിട്ടുണ്ടാവും. എന്നാലും പണ്ടു തനിക്കൊക്കെ തോന്നിയിരുന്ന ഒരു താദാത്മ്യം – അതുണ്ടാവില്ല. അവർ കാഴ്ചകളിലെ, ആചാരങ്ങളിലെ യുക്തിയും സത്യവും ചികയുന്നുണ്ടാവും. എല്ലാം ചിക്കിച്ചികഞ്ഞ് നിരത്തിയിട്ട് പുറം തിരിഞ്ഞു നടക്കുന്നുണ്ടാവും. മറ്റാരെങ്കിലും അതെല്ലാം വീണ്ടും തൂത്തുകൂട്ടി പഴയ പടിയാക്കാൻ മെനക്കെടുന്നുണ്ടാവും.

ഭാനു തന്റെ മുമ്പിൽ ചടഞ്ഞിരിക്കുന്ന കൊച്ചുകുട്ടിയായി.

"വെളിച്ചപ്പാട് എങ്ങന്യാ തുള്ളാ? ഒന്നു കാട്ടിത്തര്വോ?"

കാവിലെ ഭഗവതീടെ വെളിച്ചപ്പാടിന്റെ കഥ പറഞ്ഞിരിക്കുകയായിരുന്നു. വാളും വട്ടകയും ചുമന്ന പട്ടും അഴിഞ്ഞ മുടിയും എല്ലാം കഥയിൽ സജീവമായി. കേട്ടുകേട്ടിരുന്നപ്പോൾ ഭാനു വാശി പിടിച്ചത് ഇന്നും ഓർമ്മയിലുണ്ട്.

“ചിറ്റു ഡാൻസൊക്കെ പഠിച്ചതല്ലേ? ഒന്നു കാട്ടിക്കൊടുക്കൂന്നേ. നല്ല രസാരിക്കും. എനിക്കും ഒന്നു കാണാലോ.”

ആരാണിപ്പോൾ ചെറിയ കുട്ടി എന്ന സംശയമായി തങ്കത്തിന്. കാർത്തുവോ ഭാനുവോ?

“എങ്ങന്യാ ഇപ്പൊ വെളിച്ചപ്പാടാവ്വാ? വാളു വേണം. വട്ടക വേണം. അത്വല്ല. ദൈവദോഷം കിട്ടും.”

തങ്കം ഒഴിവുകഴിവുകൾ നിരത്തി. പക്ഷേ ഭാനു വഴങ്ങിയില്ല. ഒടുവിൽ ഉടുത്തിരുന്ന സാരി വലിച്ച് അരയിൽ ഉയർത്തി കുത്തിത്തിരുകി വെച്ചു. മുടി, എളുപ്പം അഴിഞ്ഞുലയുന്ന തരത്തിൽ ഉച്ചിയിൽ കെട്ടിവെച്ചു. വാളും വട്ടകയും മുദ്രകളിൽ മാത്രം. ഒരു നിമിഷം കണ്ണടച്ചു ധ്യാനിച്ചു.

“ദേവീ അപരാധം ക്ഷമിക്കണേ. പരിഹസിക്ക്യാന്ന് തോന്നരുതേ. പരീക്ഷിക്കുകയുമല്ല. ഈ കുട്ടീടെ മോഹം - അതിനു മാത്രം.”

കണ്ണു തുറക്കാതെ മെല്ലെ മെല്ലെ ചുവടുകൾ വെച്ചു വട്ടം കറങ്ങി. പിന്നെ ചുവടുകൾക്ക് വേഗം കൂടി. അറിയാതെ, മനപ്പൂർവ്വമല്ലാതെ ശരീരമാകെ ഒരു വിറയൽ. ഒന്നും തന്റെ വരുതിയിലല്ലാത്തതുപോലെ മുടിയഴിഞ്ഞുലഞ്ഞു. ഉറഞ്ഞുതുള്ളി, സ്വപ്നത്തിലെന്നപോലെ. എങ്ങനെയാണ് തന്നിലേക്ക് വീണ്ടും തിരിച്ചുവരുന്നതെന്നറിയാതെ തളർന്നു.

“ഇവളെന്താ ഈ കാട്ടണേ?”

ഏടത്തി ഓടി വന്നു തന്നെ മുറുകെ ചേർത്തുപിടിച്ചുനിർത്തിയതുപോലും തനിക്കോർമ്മയില്ലായിരുന്നല്ലോ.

“സന്തോഷായി. ദേവി പ്രസാദിച്ചിരിക്കുന്നു.”

വിറയലിനിടയിൽ മുറിഞ്ഞൂർന്നുവീണ അക്ഷരങ്ങൾ ഏടത്തിയെ പേടിപ്പെടുത്തിയോ എന്നറിയില്ല.

“വല്ലോരും ഇങ്ങനത്തെ പ്രാന്ത് കാണിക്ക്വോ? ഇതെന്താ കുട്ടിക്കള്യാ?”

ഏടത്തിയുടെ ഭയം ദേഷ്യത്തിന് വഴിമാറി. പിന്നെയും എന്തൊക്കെയോ പിറുപിറുത്തുകൊണ്ട് അടുക്കളയിലേക്കു നടന്നു. ഒരു കപ്പ് വെള്ളവുമായി തിരികെ വന്നു.

“ദാ... ഇത് കുടിക്ക്. ഓരോ കുരുത്തക്കേടുണ്ടാക്കി വെക്ക്യാണ്. അല്ലെങ്കിലും പണ്ടേ ഇവളിങ്ങനെ തന്നെയാണ്. കുട്ടികളുടെ കൂടെ കൂടിയാൽ അവരേക്കാളും കുട്ടിയാവും. ഇത്രേം പഠിപ്പും പ്രായവുമൊക്കെ ആയിട്ടും ഇതൊന്നും മാറീല്യാന്നുവെച്ചാ...? എന്താപ്പൊ ഞാൻ പറയാ എന്റെ ദേവീ.”

ഭാനുവിന്റെ ഉറക്കെയുറക്കെയുള്ള ചിരിയിൽ തങ്കം കഥയിൽ നിന്നു തെറിച്ചു മാറി. ഇന്നും അതോർത്തപ്പോൾപോലും താൻ മറ്റേതോ ഒരു ലോകത്തിലായിരുന്നല്ലോ.

“നമ്മള് സാവിത്രി അമ്മായിയെ കണ്ടില്ലാട്ടൊ.” കാർത്തു ഓർമ്മിപ്പിച്ചു.

ചിരിച്ചുചിരിച്ച് അവളുടെ മുഖം തുടുത്തിരുന്നു. കണ്ണുകൾ കലങ്ങിയിരുന്നു. ചിരിക്കുമ്പോഴും കണ്ണീരുവരുന്ന പ്രകൃതമാണ് അവൾക്ക്.

“ഇനി അടുത്ത വരവിനാവാം കാർത്തൂ. എന്തായാലും ഇവളുടെ കല്യാണത്തിന് വരൂലോ. ഇന്നിനി വയ്യ. പോണം. ഇനിയും താമസിച്ചാൽ അവിടെ ഒരാള് വിഷമിക്കും. നിനക്കറിയാലോ. ഞാനില്ലാതെ രണ്ടു ദിവസം എന്തെങ്കിലും കഴിച്ചോ ഉറങ്ങിയോ? ഒന്നുമറിയില്ല.”

“ഇന്നുതന്നെ പോണോ ചിറ്റൂ. ചിറ്റു പോയാ പിന്നെ ഒരു രസോല്യ. ചിരിയും ബഹളവും ഒന്നൂല്യ.”

“അതൊക്കെ നിന്റെ തോന്നലാ കാർത്തൂ. പിന്നെ, ഇവിടെ ഇങ്ങനെ കുറച്ചു കഴിയുമ്പോൾ എനിക്കു തോന്നും, ഇത് എനിക്കുള്ള സ്ഥലമല്ലാന്ന്. ഞാനിവിടെ അന്യയാണെന്ന്. കുറച്ചു നേരം ഒറ്റയ്ക്കിരിക്കണംന്ന് വല്ലാത്ത ഒരു ദാഹം പോലെ. ഒന്നിലും തങ്ങാത്ത മനസ്സുമായി, ഒരു വിചാരവും അലകളിളക്കാത്ത ശാന്തമായ ഹൃദയവുമായി, ബുദ്ധിയും ചിന്തയും ഉള്ളിലേക്ക് വലിച്ച്... അങ്ങനെ. കണ്ണിൽ കാണുമ്പോഴും മനസ്സിൽ തൊടാതെ...

“ഓ... ഈ വേദാന്തം, അതോ വട്ടോ. ഇവിടെ എല്ലാവർക്കും കൂടി ഓരോന്നു പറഞ്ഞിരിക്കാം. ചിറ്റൂന്റെ വർത്തമാനം ഇവിടെ എല്ലാവർക്കും എന്തിഷ്ടമാണെന്നോ? ഇവളാണെങ്കിൽ ചിരിച്ചു മണ്ണു കപ്പും.” ഭാനുവിനെ നോക്കി കാർത്തു പറഞ്ഞു.

“നിയ്യ് വിചാരിക്കണപോലെ എനിക്ക് വട്ടൊന്നൂല്യാട്ടൊ.” തങ്കം ഉറക്കെ ചിരിച്ചു. ഈ ഒറ്റയ്ക്കിരിക്കലുതന്നെയല്ലേ ഒരു കണക്കിന് ധ്യാനം എന്നൊക്കെ പറയണത്. എനിക്കങ്ങട് അത്രയ്ക്കൊട്ട് ആയിട്ടുംല്യ. എന്തായാലും ഇത്തിരി ഏകാന്തത എനിക്കിഷ്ടമാണ്. നിന്റെ ചെറിയച്ഛനും പറയാറുണ്ട്, ഇതൊരുതരം വട്ടാണെന്ന്. എന്തായാലും

ഇന്നുതന്നെ പോണം കാർത്തൂ. അവിടെ ഇപ്പൊ ചെറിയച്ഛനും ധ്യാനത്തിലായിരിക്കും."

ഭാനുവിന് ചിരിയടക്കാൻ കഴിഞ്ഞില്ല. അവൾ നിർത്താതെ ചിരിച്ചുകൊണ്ടിരുന്നു.

യാത്ര പറഞ്ഞിറങ്ങുമ്പോൾ കാർത്തുവിന്റെ മുഖം മങ്ങി. ഭാനു ചുറ്റിപ്പറ്റി നിന്നു.

"ചിറ്റൂന് എന്നോട് ദേഷ്യം തോന്നിയോ?" അവൾ സ്വരം താഴ്ത്തി ചോദിച്ചു.

"എന്തിന്?"

"ഇന്നലെ ഞാൻ അങ്ങനെയൊക്കെ പറഞ്ഞതിന്."

അവർ അവളെ ചേർത്തുപിടിച്ചു നെറ്റിയിൽ ഉമ്മവെച്ചു.

"എനിക്ക് ഗൈനക്കോളജി മാത്രമല്ല, സൈക്കോളജിയുമറിയാം മോളേ."

തങ്കം തന്റെ ഉള്ളിലേക്ക് നോക്കാൻ മടിച്ച് പുറത്തേക്കിറങ്ങി. ഈ നാട്ടിൽ വന്നാൽ ഒരിക്കലും തനിക്ക് സന്തോഷിക്കാനാവില്ല. മനസ്സു നിറയെ സംഘർഷങ്ങൾ മാത്രം. എന്നും അതങ്ങനെയാണ്. അവർ മനസ്സിന്റെ വാതിൽ വലിച്ചടച്ചു തഴുതിട്ടു.

കാറിന്റെ ചക്രങ്ങൾ മെല്ലെ ഉരുണ്ടുനീങ്ങുന്നതിനിടയിലും കാർത്തു പറഞ്ഞുകൊണ്ടിരുന്നു.

"പറയെഴുന്നള്ളിപ്പിന് ചിറ്റു കൂടിയുണ്ടായിരുന്നെങ്കിൽ..."

"എന്ന്..."

ദാമു ഗിയർ മാറ്റി, അല്പം കൂടി വേഗത കൂട്ടി. കണ്ണാടി താഴ്ത്തി കൈവീശി യാത്രാമൊഴിയോതുന്നതിനിടയിൽ ദാമുവിന്റെ പ്രതി കരണം.

"അവൾക്ക് ഇതൊക്കെ ഒരുതരം പ്രാന്താ. സ്കൂളിൽ പോയതും കൊത്തൻകല്ല് കളിച്ചതുംവരെ. ഒരുതരം നൊസ്സ്. അല്ലാണ്ടെന്താ? ചിറ്റമ്മ അതൊന്നും സാരമാക്കണ്ടാട്ടോ."

"ഞാനും ഏതാണ്ട് ഇവളെപ്പോലെയൊക്കെത്തന്ന്യാ ദാമൂ."

"പക്ഷേ ഇതുപോലെ വിടുവാ വിളമ്പിക്കൊണ്ട് നടക്കാറില്ലല്ലോ."

"ആ ഒരൊറ്റ വ്യത്യാസം മാത്രമേയുള്ളൂ. ഒന്നും പറയാറില്ല. അവളെപ്പോലെ, ഒരുവേള അതിലുമധികം ഞാനാഗ്രഹിക്കുന്നുണ്ട്. നഷ്ടമായ പഴമയെ ഓർത്ത്, പൈതൃകത്തെച്ചൊല്ലി ദുഃഖിക്കുന്നുണ്ട്. പക്ഷേ നമുക്ക് അങ്ങനെ ജീവിക്കാനാവില്ലല്ലോ."

“അതുതന്നെയാണ് ഞാനും അവളോട് പറയാറ്. പഴയതിനെ വിടാതെ പിടിച്ചുതൂങ്ങി നിന്നാൽ മുമ്പോട്ട് നീങ്ങാൻ പറ്റ്വോ? അവളിപ്പോഴും ഒരമ്പതുകൊല്ലം പിന്നിലാ ജീവിക്കുന്നത്.”

“വിട്ടേക്ക് ദാമൂ. കാർത്തു അതിൽ സന്തോഷം കണ്ടെത്തുന്നുണ്ടെങ്കിൽ ആയിക്കോട്ടെ. എല്ലാവർക്കും എന്തെങ്കിലുമൊക്കെ വേണമല്ലോ. മോഹിക്കാനും സ്വപ്നം കാണാനും. ഇല്ലെങ്കിൽ ജീവിതം അറുബോറാവില്ലേ? പാവം! അവളെ സ്വന്തം ലോകത്തിൽ അലയാൻ വിട്ടേക്കൂ. കയറിട്ടു കുരുക്കണ്ട.”

“ഞാൻ പിടിച്ചുകെട്ടുന്നൊന്നുമില്ല. പറഞ്ഞൂന്നേയുള്ളൂ.”

ബസ്സ്റ്റാന്റിലെത്തിയത് അറിഞ്ഞില്ല.

“ചിറ്റമ്മ ഇറങ്ങിക്കോളൂ. ഞാൻ പാർക്ക് ചെയ്തിട്ടുവരാം.”

ട്രോളി ബാഗ് തറയിൽ വെച്ച് കാത്തുനിൽക്കുമ്പോൾ മനസ്സ് നഷ്ടസ്വപ്നങ്ങളിൽ അലയുകയായിരുന്നു. പറയെഴുന്നള്ളിപ്പും വെളിച്ചപ്പാടും ദേവിയുടെ കല്പനയും അതു തിരിച്ചറിയാൻ കാതു കൂർപ്പിച്ച് തലകുനിച്ചു നിൽക്കുന്ന അച്ഛനും അമ്മയും. ആരായിരിക്കാം കൂടുതൽ പുറകോട്ടൊഴുകുന്നത് - കാർത്തുവോ അതോ താൻ തന്നെയോ?

ഒമ്പത്

ബസ്സിൽ സീറ്റുറപ്പാക്കിയിട്ടേ ദാമു തിരിച്ചുപോയുള്ളൂ. തങ്കം വാതിൽച്ചില്ലുകളിൽകൂടി കാണുന്ന കാഴ്ചകളിൽ മിഴി നട്ടിരുന്നു. പക്ഷേ മനസ്സു തങ്ങുന്നില്ല. കാർത്തുവിന്റെ ഗൃഹാതുരത്വം. എന്തിനാണ് അത് തന്നെ ഇത്രമാത്രം അലട്ടുന്നത്? യാത്ര പറഞ്ഞിറങ്ങിയപ്പോൾ, അവളുടെ കണ്ണുകൾ നിറഞ്ഞു തുളുമ്പുന്നത് താൻ കണ്ടതാണ്. അതു മാത്രമാണോ തന്റെ ഹൃദയഭാരത്തിനു കാരണം? തങ്കം പുറകോട്ടു തിരിഞ്ഞിരുന്നു. ഓർമ്മകളിൽ കഴിഞ്ഞ ഏതാനും മണിക്കൂറുകളിലേക്ക്.

വളരെ കുറച്ചു സമയം മാത്രമാണ് തറവാട്ടിൽ ചിലവഴിച്ചത്. പക്ഷേ അത്രയും സമയം ഇതുവരെ ഈ ആയുസ്സിൽ താനനുഭവിച്ച വേദനകളെല്ലാം പുനർജനിക്കുകയായിരുന്നോ?

"കാർത്തു നിന്നോട് വിവരങ്ങളെല്ലാം പറഞ്ഞില്ലേ?" ഏടത്തിയുടെ ചോദ്യം. "അവൾ എന്നോടും സൂചിപ്പിച്ചിരുന്നു. ആ കുട്ടിക്ക് ഇതെന്തിന്റെ കേടാ? ഇങ്ങനേം ഒരു പ്രാന്തു കാണിക്ക്യേ?"

"ഇന്നത്തെ കുട്ടികളല്ലേ? നമുക്കും പറയണേന് ഒരു പരിധീണ്ട്. അത്... നിയ്യ് പറയണതൊക്കെ ശരിയാ. പക്ഷേ നിനക്ക് നന്നായി അറിയാലോ, നിന്റെ അനുഭവങ്ങൾ. എന്നിട്ട്... എന്താണ്ടായേ? ജാതീം മതോം ഒന്നും പോയിട്ടില്ല. ഉവ്വോ? ഇല്യാണ്ടാവും എന്നു തോന്നിയവരൊക്കെ പമ്പരവിഡ്ഢികള്. ഇപ്പപ്പൊ പണ്ടത്തേക്കാളും വേർതിരിവ് കൂട്വാണ്."

സ്വന്തം ഓർമ്മകളുടെ ശവക്കുഴികൾ വീണ്ടും തോണ്ടിത്തുറന്ന് ഒരു പോസ്റ്റുമോർട്ടം. അതിന് തീരെ താല്പര്യം തോന്നിയില്ല തങ്കത്തിന്. ആരും ഒന്നും മറന്നിട്ടില്ല. മറക്കാൻ ആർക്കും ഇഷ്ടമില്ല താനും. അവസരം കാത്തിരിക്കുന്നതുപോലെയാണ്. തക്കം കിട്ടുമ്പോൾ ഓർമ്മിപ്പിച്ച് നോവിക്കാനൊരു സുഖമുണ്ടാവൂലോ. അറിയില്ല. കൂടുതൽ സംസാരിക്കാൻ നിൽക്കാതെ ഇറങ്ങേണ്ടിവന്നില്ലേ.

പഴയ കുഴിമാടത്തിന്റെ ഭിത്തികൾ അടരുന്നുണ്ടോ, ഉള്ളിലേക്കു നോക്കാൻതന്നെ പേടിയായിരുന്നു.

ശ്രീധരേട്ടനും രാജുവും. മറ്റൊരു ലോകത്തിന്റെ ആരും കാണാത്ത മൂലയിലൊളിച്ച് തന്റെ വിചാരങ്ങൾക്ക് ചുക്കാൻ പിടിക്കുന്നുണ്ടോ എന്നു തോന്നി തങ്കത്തിന്. അതോ തനിക്ക് ആശ്വാസം പകരാൻ ശ്രമിക്കുകയാണോ? അവരായിരുന്നു അന്നും നേരിയ കുളിരു പകർന്ന് കൂടെ നിന്നത്. മനസ്സുകൊണ്ടാണെങ്കിലും. എല്ലാവരും എതിർത്തപ്പോഴും ശ്രീധരേട്ടൻ താങ്ങായി നിന്നു.

"ജാതീം മതോം ഒക്കെ പോവും തങ്കക്കുട്ടീ. വരുംകാലത്തിന് ഇതൊന്നുമുണ്ടാവില്ലെന്നേയ്. എല്ലാംകൂടി ഒരു ജാതിയാവണത് നിയ്യ് കണ്ടോ."

എന്നിട്ട്... എവിടെപ്പോയി ആ സ്വപ്നം? മയങ്ങിയുണർന്നപ്പോൾ മാഞ്ഞുപോയിരിക്കുന്നു. താനും ഒരുകാലത്ത് മോഹിച്ചിരുന്നു, വിശ്വസിച്ചിരുന്നു. വിദ്യാഭ്യാസവും വിവരവുമുള്ള ഒരു സമൂഹം, പുതിയ ഒരു യുഗം. അന്ധവിശ്വാസങ്ങളും അജ്ഞാനവും എല്ലാം അന്ന് തെമ്മാടിക്കുഴികളിൽ വെളിച്ചം കാണാതെ കിടക്കുകയാവും എന്നൊക്കെ. അറിവും സംസ്കാരവും മനുഷ്യനെ മനുഷ്യനാക്കുന്ന ഒരു കാലം. ചിന്തകളിൽ, പ്രവൃത്തികളിൽ കേവലം മനുഷ്യൻ എന്ന ഒരൊറ്റ സമസ്യ. ജാതിയും മതവുമില്ലാത്ത ഈശ്വരന്റെ പ്രതിച്ഛായ യായി മനുഷ്യൻ മാത്രം. താൻ കണ്ടതിൽ വെച്ച് ഏറ്റവും ബുദ്ധി ശൂന്യമായ പാഴ്സ്വപ്നമായിരുന്നു അതെന്ന് തങ്കത്തിനു തോന്നി.

തറവാടിന്റെ തെക്കുപടിഞ്ഞാറുമൂലയിൽ ആറടി മണ്ണ്. രാജുവി ന്റെയും മുകുന്ദന്റെയും ആത്മാവുകൾ. (അങ്ങനെയൊന്നുണ്ടെങ്കിൽ) ഈ കലുഷമായ ലോകം വിട്ട്, ജാതിമതങ്ങളില്ലാത്ത വിഹായസ്സി ലേക്ക് പക്ഷികളെപ്പോലെ പറന്നുയർന്ന മൺകൂനകൾ - റോക്കറ്റ്, വിക്ഷേപിണിയിൽ നിന്നെന്നപോലെ. മുകുന്ദേട്ടനെക്കുറിച്ചോർത്ത പ്പോൾ തങ്കം, വിപ്ലവവീര്യം അഗ്നിശലാകകൾപോലെ ചിതറിത്തെറി ക്കുന്ന ഒരു നാട്ടിലേക്ക്. അവിടെ ഉയർന്നു നിൽക്കുന്ന രക്തസാക്ഷി മണ്ഡപത്തിനു സമീപത്തേക്ക് മെല്ലെ നടന്നു. മനസ്സു നിറയെ കമ്യൂ ണിസവും സോഷ്യലിസവും പേറി നടന്ന മുകുന്ദേട്ടൻ. ഒരിക്കലും പരസ്യമായി രാഷ്ട്രീയം പ്രകടമാക്കിയില്ല മുകുന്ദേട്ടൻ. എങ്കിലും എന്നെങ്കിലും എല്ലാ മനുഷ്യരും ഒരു സമ്പദ്‌വ്യവസ്ഥയുടെ കുട ക്കീഴിൽ, ഒരേ ഒരു മാനവജാതിയായി അണിനിരക്കുമെന്ന് എന്തിനോ മോഹിച്ചിരുന്നില്ലേ എന്ന് തങ്കം എന്നും സംശയിച്ചിരുന്നു.

രക്തസാക്ഷി മണ്ഡപം തന്നെ കാണിക്കണമെന്ന് മുകുന്ദേട്ടന് വലിയ ആവേശമായിരുന്നു. ഏടത്തി ഒരിക്കലം ആ നാട്ടിൽ

താമസിക്കാനിഷ്ടപ്പെട്ടില്ല. ഒടുവിൽ, മല മുഹമ്മദിന്റെയടുത്ത് എന്നമട്ടിൽ ഏട്ടൻ തറവാട്ടിലേക്ക് എത്തുകയായിരുന്നല്ലോ.

"നീ കണ്ടിട്ടില്ലല്ലോ ഈ സ്ഥലം?"

ഒരിക്കൽ മുകുന്ദേട്ടൻ തന്നെ ആ രക്തസാക്ഷിമണ്ഡപത്തിന്റെ അടുത്തെത്തിച്ചു. എത്രയെത്ര നേതാക്കന്മാർ, എത്രയോ വീരന്മാർ...

"പാഠം പഠിച്ചിട്ടുണ്ടാവും ഇല്ലേ?"

കേട്ടിട്ടുണ്ട്. പിന്നെ എവിടെയൊക്കെയോ വായിച്ചിട്ടുമുണ്ട്. പക്ഷേ എല്ലാം ഒരു പഴയ വീരഗാഥപോലെയേ തനിക്ക് തോന്നിയിട്ടുള്ളൂ. സത്യമാണോ, അതോ ഒരു പഴങ്കഥയോ? എന്തായാലും അത് ഇന്ന് ചരിത്രമായി ശേഷിച്ചിരിക്കുന്നു. അപൂർവ്വം സ്മാരകങ്ങളിലും ചുരുക്കം ചില താളുകളിലും അതിനുമപ്പുറം അല്പം ചില മനസ്സുകളിലും വീര്യം ചൊരിഞ്ഞ ചുമന്ന രക്താണുക്കൾ പറ്റിപ്പിടിച്ചുകിടക്കുന്നു - ഭൂതക്കണ്ണാടികളിൽ മാത്രം തെളിയുന്ന സത്യമായി.

പോരുമ്പോൾ ഏടത്തി വ്യാകുലപ്പെട്ടു.

"എല്ലാവരും പോയി. ഇവിടെ ഇങ്ങനെ ഒറ്റയ്ക്ക്. അപ്പുറത്തും ഇപ്പുറത്തുമൊക്കെ ആരെങ്കിലുമൊക്കെയുള്ളതുകൊണ്ട് ഒരത്യാവശ്യം വന്നാൽ കഴിച്ചുകൂട്ടാം.'

പെട്ടെന്ന് എന്തോ ഓർത്തിട്ടെന്നപോലെ അവർ പറഞ്ഞു, "അല്ല തങ്കം, ഞാനാലോചിക്ക്യാ. ഒരു ദിവസം വയ്യാണ്ട് വന്നാ നിങ്ങൾക്ക് അവിടെ ആരാ ഉള്ളത്?"

ഇന്നോളം ഇത്തരമൊരു വാക്കോ ചിന്തയോ ഏടത്തിയുടെ ഭാഗത്തുനിന്നുണ്ടായിട്ടില്ലല്ലോ എന്ന് അത്ഭുതപ്പെട്ടു.

"ആ... ആരെങ്കിലുമൊക്കെ ഉണ്ടാവും."

"പോട്ടെ."

യാത്ര പറഞ്ഞു പിരിയുമ്പോൾ തനിക്കും തോന്നി, വർത്തമാന സത്യമായി ശേഷിക്കുന്ന ഒരേ ഒരു കണ്ണി അവർ മാത്രമാണല്ലോ.

ജാതിയെക്കുറിച്ചുള്ള മഹത്വം, ആഢ്യത്വം ഒക്കെ കുറെ കൂടുതലാണ് ഏടത്തിക്ക്. ഒരുപക്ഷേ അതിന്റെ ഉയരങ്ങളിലായിരുന്ന അച്ഛനേക്കാളും. കർമ്മവും അതിന്റെ മർമ്മവും തിരിച്ചറിഞ്ഞ അച്ഛന്, നിർമമത്വം ഏറിയിരുന്നു. ആത്മാവിന്റെ നിറവും. അതൊന്നും ഒരു ജീനിനും അതേപടി ഒപ്പിയെടുക്കാൻ കഴിഞ്ഞില്ലെന്നാണോ? കേവലം ബ്രാഹ്മണ്യത്തിന്റെ പുറംമോടിയിൽ ആചാരവിചാരങ്ങളിൽ മാത്രം കുരുങ്ങിപ്പോയതെന്തേ എന്ന് തങ്കം ആകുലപ്പെടാറുണ്ട്.

അന്നെന്നല്ല, ഇന്നും അതൊരു പശ്ചാത്താപമായി ശേഷിക്കുന്നുമുണ്ട്; പക്ഷേ തിരുത്താനാവുന്നില്ലല്ലോ.

ഓർമ്മകൾ കടമ്പകൾ പലതും കടന്ന് വീണ്ടും ഭാനുവിലെത്തി. കാർത്തു എന്തിനാണ് തന്നെ ഈ പ്രശ്നത്തിലേക്ക് വലിച്ചിഴച്ചത് എന്ന് ദുഃഖം തോന്നി. അവളുടെ വിജാതീയ വിവാഹം തടയാൻ തനിക്കു കഴിഞ്ഞില്ലല്ലോ. അതിനുവേണ്ടി ശ്രമിച്ചാൽ താൻ മറ്റുള്ളവരുടെ മുമ്പിൽ കൂടുതൽ പരിഹാസ്യയാവുമെന്നറിയാഞ്ഞിട്ടല്ല. എന്നാലും കാർത്തുവിന്റെ നിർബന്ധത്തിന് വഴങ്ങാതിരിക്കാനും കഴിഞ്ഞില്ല. ഒടുവിൽ ഭാനുവരെ തന്നെ താഴ്ത്തിപ്പറയാനിടയായല്ലോ എന്നോർത്തപ്പോൾ വല്ലാത്ത വിഷാദം.

"ചിറ്റൂന്റെ ആദർശങ്ങളും പുരോഗമനവാദവും ഒക്കെ ഇപ്പൊ എവിടെപ്പോയി? അതിനൊന്നും ഒരു വിലയുമില്ലെന്നാണോ ഞാൻ കരുതേണ്ടത്? അതോ സൗകര്യപൂർവ്വം മറക്കുകയാണെന്നോ? അവളുടെ ചോദ്യശരങ്ങൾക്കു മുമ്പിൽ ഉത്തരം മുട്ടി നിൽക്കുമ്പോൾ ഒന്നുകൂടി ചോദിക്കാൻ അവൾ മറന്നില്ല. സ്വന്തം ജീവിതത്തിലെ തീരുമാനത്തെക്കുറിച്ച് ചിറ്റു ഇപ്പോൾ പശ്ചാത്തപിക്കുന്നുണ്ടോ? കുറ്റബോധം തോന്നുന്നുണ്ടാവും, അതുകൊണ്ടല്ലേ ഇപ്പോൾ എന്നോടിങ്ങനെയൊക്കെ?"

അവളുടെ ഇടറുന്ന സ്വരം തന്നെ കൂടുതൽ പ്രതിസന്ധിയിലാക്കുകയായിരുന്നു.

പശ്ചാത്താപം. ശരിക്കും താൻ പശ്ചാത്തപിച്ചിട്ടുണ്ടോ? തീർത്തും ഇല്ലെന്ന് അവളോടെങ്ങനെ പറയാൻ.

"ഉണ്ട്. എനിക്ക് നല്ല പശ്ചാത്താപമുണ്ട്."

താനത് കടുപ്പിച്ചു പറഞ്ഞപ്പോൾ അവളൊന്നു ഞെട്ടിയോ?

"അയ്യോ ചിറ്റൂ... ഞാൻ വെറുതെ... എന്റെ വിഷമംകൊണ്ട്... സോറി, സോറി, സോറി."

അവൾ അടുത്തുവന്നു തന്നെ കെട്ടിപ്പിടിച്ചിരുന്നതോർത്തപ്പോൾ തങ്കത്തിന്റെ മിഴികളീറനായി. ആരെങ്കിലും കാണുന്നുണ്ടോ? ബസ്സിൽ, പരിസരം മറന്ന് താൻ.. അവർ ഒന്നുമറിയാത്തപോലെ ഉറക്കം നടിച്ചിരുന്നു. പക്ഷേ മനസ്സ് ഇമചിമ്മാതെ വീണ്ടും ആ സംസാരത്തിനു കാതോർത്തു.

"ചിറ്റു എന്താ പറഞ്ഞേ? ഒന്നുകൂടി പറഞ്ഞേ. കല്യാണത്തിനെക്കുറിച്ച് പശ്ചാത്താപമോ? അത് വേണ്ടായിരുന്നൂന്നോ?" അവൾക്ക് വല്ലാത്ത പരിഭ്രാന്തിയായിരുന്നു.

"അങ്ങനെ ഞാൻ പറഞ്ഞോ?"

"ഇല്ല. എന്നാലും പെട്ടെന്ന്... ഞാൻ പേടിച്ചുപോയീട്ടോ." ഭാനു ഒന്നു പരുങ്ങി.

"ഒരിക്കലുമില്ല. ഇന്ന് ഞാൻ എന്തായിരിക്കുന്നോ ആരായിരിക്കുന്നുവോ അതിനെല്ലാം ഞാൻ അദ്ദേഹത്തിനോട് കടപ്പെട്ടിരിക്കുന്നു. ആ തണലില്ലായിരുന്നെങ്കിൽ.. അതെനിക്ക് ആലോചിക്കാൻകൂടി വയ്യ. അന്നു മുതലിന്നുവരെ എന്നെ പൊതിഞ്ഞുപിടിക്കുന്ന ആ സ്നേഹം - കൊച്ചുകുട്ടിയെപ്പോലെ കൈ പിടിച്ചു നടത്തുന്ന കരുതൽ. എന്നും ഈശ്വരനോട് ഞാൻ നന്ദി പറയാറുണ്ട്. ഇങ്ങനെ ഒരു തുണ എനിക്കുവേണ്ടി കരുതിവെച്ചതിന്. ജന്മജന്മാന്തരങ്ങളായി ഒന്നിക്കാൻ, ഒരുമിച്ചു ജീവിക്കാൻ വിധിക്കപ്പെട്ടതിന്."

"ഹൊ, ഇപ്പോഴാ എനിക്ക് ആശ്വാസമായത്. പിന്നെ, പശ്ചാത്തപിക്കുന്നുണ്ട് എന്നു പറഞ്ഞതോ?"

"ഭാനൂ..." തന്റെ സ്വരത്തിന് തോൽവിയുടെ പതർച്ചയുണ്ടായിരുന്നു. നിരാശയുടെ നിസ്സഹായതയുടെ തളർച്ചയും.

എല്ലാവരേയും പിണക്കിയും വെറുപ്പിച്ചും ഒരു കല്യാണം - അതുവരെയുള്ള ചരിത്രം തിരുത്തിക്കുറിച്ച ആവേശമായിരുന്നു. ജാതിയില്ലാത്ത ഒരു തലമുറ - ഒരു പുതിയ സമൂഹം വളർന്നു വളർന്ന് ജാതിഭേദങ്ങളില്ലാതെ ഒന്നായ ഒരുനാട് വിപ്ലവാത്മകമായ ഒരു സ്വപ്നം.

ഉണ്ണിയുണ്ടായപ്പോൾ, കല്യാണത്തിന്റെ കാര്യം പഴങ്കഞ്ഞിപോലെ കാടിക്കലത്തിൽ കമിഴ്ത്തിക്കളഞ്ഞ വീട്ടുകാരുടെ, നാട്ടുകാരുടെ, പരിചയക്കാരുടെ എല്ലാവരുടെയും ജാതിയും ആഢ്യത്തവും സടകുടഞ്ഞുണർന്നു. സഹതാപം, അതിലേറെ പരിതാപം.

"കുട്ടി ഏതു ജാതിയായിട്ടാവും വളരുക? നമ്മുടെ ജാതീല് കൂട്ടാൻ പറ്റില്ലല്ലോ - അ, അങ്ങേരുടെ ജാതിയിലായിരിക്കും."

എന്തെല്ലാം സന്ദേഹങ്ങൾ; മറ്റൊന്നും ആലോചിക്കാനില്ലാതെ, സംശയനിവൃത്തി വരുത്താനാവാതെ തലപുകച്ച നാളുകൾ.

ഭാനു ആകപ്പാടെ ഇടഞ്ഞുപാടാണ്. അവൾ ഒന്നും മിണ്ടുന്നില്ലെന്നു മാത്രമല്ല, തന്റെ നേരെ നോക്കുന്നുപോലുമില്ല. അവളെ അങ്ങനെ വിട്ടിട്ടു പോവാൻ പറ്റില്ലല്ലോ.

"നിനക്ക് എന്നോട് ഇപ്പോഴും പിണക്കാ? ഞാനിന്ന്, ഇത്തിരി കഴിഞ്ഞാ പോവ്വാ."

ഒന്നും കേട്ടമട്ടു നടിക്കാതെ അവൾ കീഴ്പോട്ടു നോക്കിയിരുന്നു. കാറുകൊണ്ട് കനം തൂങ്ങിയ മാനംപോലെ.

"നിയ്യ് ഒന്നു ചിരിച്ചാലേ എനിക്ക് പോവുന്നിടത്ത് സൈ്വര്യമുണ്ടാവൂ."

അവൾ മുഖമുയർത്തി, പരിഭവത്തോടെ നോക്കി.

"എന്നാപ്പിന്നെ ഒരു കഥ പറയാം. ഇന്നലെ വെളിച്ചപ്പാട് തുള്ളിയ കഥപോലെ എന്റെ കഥ തന്നെ മതീലോ, മറ്റുള്ളവർക്കെല്ലാം ചിരിക്കാൻ. സർക്കസ്സിലെ കോമാളിയെപ്പോലെ. സ്വന്തം ഉള്ളുരുകുന്നത് മറ്റാരുമറിയരുത്. ചിരിക്കണം. ചിരിപ്പിക്കണം."

"ചിറ്റൂ..." ഭാനുവിന്റെ സ്വരമിടറുന്നത് തങ്കം ശ്രദ്ധിച്ചു.

"ചിറ്റുവാണ് എന്റെ റോൾ മോഡൽ എന്ന് ഞാനെപ്പോഴും പറയാറില്ലേ? എന്നിട്ട് ഇങ്ങനെയൊക്കെ പറഞ്ഞാൽ..."

ശരിയാണ്. അവളുടെ വിശ്വാസത്തെ തകിടം മറിക്കുന്ന തരത്തിലല്ലേ താൻ അവളെ ഉപദേശിച്ചത്.

"ആ... അതൊക്കെ പോകട്ടെ. ചിറ്റു കഥ പറയ്."

അവളുടെ മൗഢ്യം അല്പാല്പം മാറിവരുന്നതു കണ്ട്, തങ്കം കഥയിലേക്കു കടന്നു. ഉണ്ണിയെ സ്കൂളിൽ ചേർക്കാൻ പോയ കഥ.

"ഒരപേക്ഷ പൂരിപ്പിച്ചു കൊടുക്കണമല്ലോ. എഴുതിയെഴുതി വന്നപ്പോൾ അതാ ഒരു കോളം പെരുമ്പാമ്പിനെപ്പോലെ വാ പൊളിച്ച് വിഴുങ്ങാനൊരുങ്ങി നിൽക്കുന്നു. ഇതെന്താ പാമ്പും കോണിയും കളിയാണോ എന്നുപോലും തോന്നിപ്പോയി."

"അതിന് ആപ്ലിക്കേഷനിലെവിടെയാ പാമ്പ്?" ഭാനു അന്തംവിട്ടു.

"എന്റെ പൊന്നുമോളേ, അടുത്ത കോളം പൂരിപ്പിക്കണം. എന്താന്നു കരുതീട്ടാ. ജാതി."

ഭാനു കഥ കേൾക്കാനുത്സാഹിച്ച് ചമ്രം പടിഞ്ഞിരുന്നു.

അതു പൂരിപ്പിക്കാതെതന്നെ തിരിച്ചുകൊടുത്തു.

"അല്ല, ആ കോളം വിട്ടുപോയി. അതുംകൂടി എഴുതീട്ട് തന്നോളൂ."

"എഴുതാതിരുന്നാ കുഴപ്പോണ്ടോ ടീച്ചറേ?"

തന്റെ ചോദ്യത്തിന് കൂടെയുണ്ടായിരുന്ന സഹപ്രവർത്തകനാണ് മറുപടി പറഞ്ഞത്.

"ഏയ്, അതെന്തായാലും വേണം. അതോണ്ട് ചില ഗുണങ്ങളൊക്കെയുണ്ട് തങ്കം."

അത്രയുമായപ്പോൾ ഭാനു അടുക്കളയിലേക്ക് നോക്കി ഉറക്കെ വിളിച്ചു.

"അമ്മേ... അവിടെ എന്തെടുക്ക്വാ? ദാ, ചിറ്റൂന്റെ കഥ കേൾക്കാൻ വരണില്ലേ? ഉണ്ണ്യേട്ടനെ സ്കൂളിൽ ചേർക്കാൻ പോയ കഥ. അപേക്ഷാഫോറം പൂരിപ്പിക്ക്യാ. കാസ്റ്റിന്റെ കോളം വരെയായി. ഓടി വായോ."

"നിയ്യ് ഒന്നടങ്ങിയിരിക്കെന്റെ പെണ്ണേ. വിളിച്ചുകൂവുന്നത് കേട്ടാ നാട്ടുകാര് ഓടിക്കൂടൂലോ."

കാർത്തു നനഞ്ഞ കൈ ഉടുപ്പിൽതന്നെ തുടച്ച് കൂടെ കൂടി. പതുക്കെപ്പതുക്കെ ഇളവെയിലുരുകുന്ന മഞ്ഞുപോലെ തന്റെ മനസ്സിന്റെ ഗ്ലാനി അലിഞ്ഞില്ലാതാവുന്നത് തങ്കമറിഞ്ഞു.

"എന്നിട്ട് ചിറ്റു എന്താ എഴുതിയത്?" ഭാനുവും കാർത്തുവും ഒരേ സ്വരത്തിൽ ചോദിച്ചു.

"ഇല്ല എന്ന്."

"അതെന്തിനാ ചിറ്റൂ ഇല്യാന്ന് എഴുതിയത്? രണ്ടുപേരിൽ ആരുടെയെങ്കിലും എഴുതിക്കൂടായിരുന്നോ? അല്ലെങ്കിൽ നമ്മുടെ കൂടിയ ജാതിതന്നെ ഇരിക്കട്ടേന്ന് കരുതിയാൽ പോരായിരുന്നോ?"

"അസ്സലായി."

അമ്മയും മകളും തന്റെ ഉത്തരത്തിനു മുമ്പിൽ മിഴിച്ചിരുന്നു.

"ജാതി വേണ്ടേ, അല്ലാണ്ടെങ്ങിന്യാ ശരിയാവ്വാ?"

"അതുതന്നെയാണ് തന്റെ ശരി. ജാതി വേണ്ട. ജാതിഭേദമില്ലാത്ത ഒരു തലമുറ. അതെന്നുമെന്റെ സ്വപ്നമായിരുന്നു. തമ്മിൽ തമ്മിൽ ഭേദമില്ലാതാവണമെങ്കിൽ, ജാതിയേ ഉണ്ടാവരുത്. കല്യാണം കഴിക്കുമ്പോൾ ഏറ്റവും വലിയ ആഗ്രഹവും അതുതന്നെയായിരുന്നു. രണ്ടുപേരുടെയും 'ജാതി' ഒന്ന് മറ്റൊന്നിലലിഞ്ഞ് ഇല്ലാതാവുക എന്ന സ്വപ്നം. അതിനുവേണ്ടി കുറേയേറെ കഷ്ടപ്പെടുകയും ചെയ്തിട്ടുണ്ട്. തരം കിട്ടുമ്പോൾ, അവസരം കിട്ടുന്നയിടങ്ങളിലെല്ലാം ജാത്യേതര സ്വപ്നം പങ്കുവെക്കാൻ മറന്നില്ല. തന്നെപ്പോലെതന്നെ വേറിട്ട ജാതിയിൽനിന്ന് കല്യാണം കഴിച്ച എത്രയോ പേർ. അവരുടെയിടയിൽ ജാത്യേതര സങ്കല്പത്തെക്കുറിച്ച്, അത്തരമൊരു തലമുറയെക്കുറിച്ച്, ജാതിരഹിത സമത്വത്തെക്കുറിച്ച് പറഞ്ഞു പറഞ്ഞ് തൊണ്ടയിലെ വെള്ളം വറ്റിച്ചിട്ടുണ്ട്.

കോളേജ് ക്യാമ്പസ്സിൽ പ്രേമിച്ചു നടന്നവരോട് മാത്രമല്ല ഓണം, ക്രിസ്മസ്, സ്വാതന്ത്ര്യദിനാഘോഷം എന്നുവേണ്ട എല്ലാ വിശേഷാവസരങ്ങളിലും ജാത്യേതരം വിഷയമാക്കി, പ്രസംഗങ്ങളിലും പരിപാടികളിലും. എന്നിട്ടെന്തായി? ഇന്നത്തെ പശ്ചാത്താപം മാത്രം

ബാക്കിയായി. എന്തിനും കൂടെ നിന്നിരുന്ന ഒരു സുഹൃത്ത് ചമൽക്കാരമായി പറഞ്ഞത് തങ്കം ഓർത്തു. "ഒരു ജാതി ഒരു മതം ഒരു ദൈവം ഒരു വീട്ടിൽ" എന്ന്.

ഓർക്കുമ്പോൾ ചിരിക്കാനാണ് തോന്നുന്നത് കാർത്തൂ. ഒരു തരം നാറാണത്തു ഭ്രാന്തന്റെ ചിരി. ഓരോരുത്തരും അവനവന്റെ വീട്ടിൽ ഒരു ജാതിയുണ്ടാക്കി. ചിലർ ആചാരാനുഷ്ഠാനങ്ങളനുവർത്തിച്ച് ഉയർന്ന ജാതിയിലേക്ക് കൂറുമാറി. മറ്റു ചിലർ താഴ്ന്നു. എല്ലാവർക്കും ലക്ഷ്യങ്ങളുണ്ട്. ഉയർന്നവർക്ക് ആഢ്യത്തം - സമൂഹത്തിലും സമുദായത്തിലും മേൽക്കോയ്മ. താഴ്ന്നവർക്കും നേട്ടം തന്നെ. എന്തിനുമേതിനും സംവരണം. വിദ്യാഭ്യാസം, ജോലി, പ്രമോഷൻ എന്തിനും മുൻഗണന. ചില്ലറക്കാര്യമാണോ? വിജാതീയ വിവാഹംകൊണ്ട് അത്രേങ്കിലും ഗുണമുണ്ടാവണമല്ലോ."

"അടിപൊളി." കാർത്തു ഉറക്കെ പൊട്ടിച്ചിരിച്ചു. എല്ലാവരും നിമിഷനേരത്തേക്ക് എല്ലാം മറന്നു ചിരിച്ചു.

"ഏയ്, നിങ്ങളെന്താ ഇങ്ങനെ ചിരിക്കണേ? വല്ല സ്വപ്നം കണ്ടു കാണും. എന്നാലും ബസ്സിലിരുന്ന് ഇങ്ങനേംണ്ടോ ഒരൊറക്കം."

സഹയാത്രികയുടെ സ്വരം ദിവാസ്വപ്നത്തിൽനിന്ന് ഉണർത്തിയപ്പോൾ തങ്കം അവരെ നോക്കി ഒരു വളിച്ച ചിരി പാസ്സാക്കി. പിന്നെ ജാള്യത മറയ്ക്കാൻ സീറ്റിൽ ചാരി കണ്ണടച്ചിരുന്നു. അപ്പോഴും ഓർമ്മകൾ വിടുന്നില്ല. വേതാളത്തെപ്പോലെ തോളിൽ ചാടിക്കയറിക്കിടന്നു, തലകീഴായി.

ജാതി ഏതാണ്ട് ആൽമരം പോലെയാണ്. വേരുപിടിച്ചു വളരുന്ന തായ്ത്തടിയിൽനിന്ന് പല പല വേടുകൾ; ഓരോ ജാതിയിലും ഓരോ സമുദായത്തിലും എത്രയെത്ര വിഭാഗങ്ങൾ, വേർതിരിവുകൾ. ആൽമരത്തിന്റെ വേടുകൾപോലെ ഓരോന്നും തനതായി മണ്ണിലുറച്ച്. ഓരോരുത്തർക്കും വേണം സ്വന്തമായ നിലനില്പ്, മറ്റൊന്നിനോടും കലരാതെ. എണ്ണിയാലൊടുങ്ങാത്ത ജാതികൾ, ഉപജാതികൾ. എല്ലാവർക്കുമുണ്ട് ഒരു രാഷ്ട്രീയം. നിലനില്പിന്റെ രാഷ്ട്രീയം. ഏത് കച്ചിത്തുരുമ്പിൽ പിടിച്ചായാലും കയറിക്കൂടണം, കര കേറണം.

പണ്ട് ജാതിയുടെ അപചയങ്ങളെക്കുറിച്ച് സംസാരിക്കവേ, ഏറ്റവും അടുപ്പമുള്ള കൂട്ടുകാരി പറഞ്ഞത് തങ്കത്തിന്റെ ഓർമ്മയിൽ ചിറകടിച്ച് കലപില കൂട്ടി, ഏതോ കലഹപ്രിയരായ കിളികളെപ്പോലെ. പണ്ട് അമ്മ പറയാറുണ്ട്. ഒരു കിളി (പേരറിയില്ല) പ്രത്യേക സ്വരത്തിൽ ചിലയ്ക്കുന്നത് കേട്ടാൽ കുടുംബകലഹം തീർച്ചയാണെന്ന്. അതുപോലെ "എന്തായാലും ഇത്രയൊക്കെയായി.

ഇങ്ങനെയൊക്കെ വന്നുപെട്ട നിലയ്ക്ക് നിനക്ക് മിശ്രവിവാഹസം ഘടനയിൽ ചേർന്നുകൂടേ? എന്തെല്ലാം ആനുകൂല്യങ്ങളുണ്ട്? എന്തിനാ അതൊക്കെ വേണ്ടാന്നു വെയ്ക്കണത്? ഇത്പ്പൊ വെള്ള ത്തിലൂല്ലാ കരയ്ക്കൂല്ലാത്ത മട്ടാ. ഏത് ജാതിയാന്നാ നിയ്യ് അവകാശ പ്പെടാൻ പോണത്? അതിന് നിനക്കിപ്പൊ ജാതീണ്ടോ?"

ഉത്തരം മുട്ടുമ്പോൾ കൊഞ്ഞനം കുത്തുമെന്നാണ് ചൊല്ല്. പക്ഷേ എന്തുത്തരം പറയണമെന്നറിയാതെ പരുങ്ങുമ്പോൾ തോന്നി ഒന്നും കേട്ടില്ലെന്നു നടിക്കുന്നതാവും ഭംഗി എന്ന്, മനസ്സമാധാനവും.

ഓർമ്മകൾ തേനീച്ചകളെപ്പോലെ കുത്തിയുണർത്തുന്നു. കൂടിളക്കി യാൽ അവറ്റയ്ക്ക് കലികയറും. പുറകെ പാഞ്ഞെത്തി കുത്തി നോവിക്കും, രക്ഷപ്പെടാനാവാത്തവിധം. അതുപോലെ ഇപ്പോൾ ഓർമ്മകളിൽനിന്ന് കുതറിമാറാൻ കഴിയുന്നില്ലല്ലോ എന്ന് വിഷമി ച്ചിരിക്കുമ്പോഴാണ് ഫോൺ തന്നെ തോണ്ടിയുണർത്തിയത്. ഹാവൂ ആശ്വാസമായി. തങ്കം മൊബൈലിലെ സ്നേഹസ്പന്ദനങ്ങൾക്ക് കാതോർത്തു.

"എവിടെയെത്തി? ഇറങ്ങുന്നതിനു മുമ്പ് വിളിക്കണം. ഞാൻ സ്റ്റേഷനിൽ കാത്തുനിൽക്കും."

ഇനി അധികം സമയമില്ല. ബസ് ഇപ്പോൾ എവിടെ എത്തി ക്കാണും, ഇനി എത്ര സമയം, എത്ര മണിക്ക് സ്റ്റേഷനിലെത്തും. എല്ലാം അതിലിരുന്ന്, ഉറങ്ങാതെ സ്വപ്നം കാണുന്ന തന്നേക്കാൾ വ്യക്തമായി അദ്ദേഹത്തിനറിയാം. അവരുടെ മുഖത്ത് ഒരു ചെറിയ പുഞ്ചിരി വിരിഞ്ഞു. തങ്കം ഉണർന്നിരുന്നു. ചിന്തകൾക്കും കലഹി ക്കുന്ന ഓർമ്മകൾക്കും തൽക്കാലത്തേക്ക് വിട പറഞ്ഞു. പുറത്തേക്ക് നോക്കി. അടുത്ത സ്റ്റോപ്പ്. അദ്ദേഹം കാത്തുനിൽക്കുകയാവും.

പത്ത്

ബസ്സിൽ നിന്നിറങ്ങുമ്പോൾ കൈ പിടിക്കാൻ അദ്ദേഹം വാതിൽക്കൽതന്നെ നിന്നു. തന്നെ കണ്ട മാത്രയിൽ ആ മുഖം പൂ വിടരുന്നതുപോലെ വികസിക്കുന്നത് തങ്കം അഭിമാനത്തോടെ നോക്കി നിന്നു.

"താനെന്താ ഇങ്ങനെ നോക്കുന്നത്? ആദ്യമായി കാണുന്ന മട്ടിൽ?"

"ഒന്നൂല്യ."

അവൾ അടുത്തുചെന്ന് ആ മാറിൽ തല ചായ്ച്ചു നിന്നു. സ്ഥലകാലങ്ങൾ മറന്നു.

"എന്താദ് തങ്കം. ഇത് ബസ്സ്റ്റേഷനല്ലേ? ആളുകൾ കാണുന്നുണ്ട്."

'ആരെന്തു പറഞ്ഞാലും സാരമില്ല. ഇത്... ഇതാണെന്റെ ആശ്രയം. ആശ്വാസവും.' അവൾ മനസ്സിൽ പറഞ്ഞു.

"പോവാം." അയാൾ അവരുടെ കൈ പിടിച്ചു നടന്നു.

വീട്ടിലെത്തിയപ്പോൾ അയാൾ ചോദിച്ചു, "എന്താ തനിക്കൊരു വിഷമംപോലെ?"

"ഏയ്... ഒരു വിഷമോല്യ. ഞാൻ ഒറ്റയ്ക്കായതിന്റെ ആയിരിക്കും. അല്ലാതെ..."

"അത് വെറുതെ. എന്തോ ഉണ്ട്." അയാൾ വിട്ടില്ല.

"തന്നെ ഞാൻ ഇന്ന് ആദ്യം കാണ്വാണോ തങ്കം? മുഖം കണ്ടാലറിയാം. എന്തോ തന്നെ അലട്ടുന്നുണ്ട്."

അല്പനേരത്തെ മൗനത്തിനുശേഷം അവർ അയാളോട് ചോദിച്ചു, "എത്ര കാലമായി നമ്മുടെ കല്യാണം കഴിഞ്ഞിട്ട്?"

"അമ്പതിന് ഒന്നോ ഒന്നരയോ കുറയും. അത്രതന്നെ."

അയാൾ തമാശ പറഞ്ഞതുപോലെ ചിരിച്ചു.

“അതെ. പക്ഷേ ഇപ്പോഴും ചങ്കരൻ തെങ്ങിൽതന്നെ.”

“അതേയ് തങ്കം, തന്നോടു ഞാൻ പണ്ടേ പറഞ്ഞിട്ടുണ്ട്, ഈ പഴഞ്ചൊല്ല് എന്നോട് പറയരുതെന്ന്. ഒന്നും മനസ്സിലാവേല്യ...”

“അതല്ലേ നല്ല ഭാഷ.” അവർ ചെറുതായി ചിരിക്കാൻ ശ്രമിച്ചു.

“എനിക്ക് മനസ്സിലാവണ ഭാഷ മതി. ഇത്തിരി മോശമായാലും വേണ്ടില്ല. ഞാനതങ്ങു സഹിച്ചു.”

“അത്... അന്നത്തെ പ്രശ്നങ്ങൾ, ജാതി അതിൽതന്നെ കൂടിയത്, കുറഞ്ഞത്... എല്ലാം ഇന്നും അങ്ങനെതന്നെ, അതേപോലെ. ഇത്തിരീംകൂടി കൂടുതലാണോന്നാ എനിക്ക് തോന്നിയത്. അതുകൊണ്ടുതന്നെയാവും ഭാനുവിനെ ഉപദേശിക്കാൻ ഞാൻ തന്നെയാ പറ്റിയ ആളെന്ന് കാർത്തു കണ്ടെത്തിയത്. ഒരേ തോണിയിലാണല്ലോ. ആർക്കും ഇപ്പോഴും ഒന്നുമങ്ങ് ദഹിക്കണില്ല”

“ആ... വിട്ടേക്ക്.” അയാൾ അവരെ ചേർത്തുപിടിച്ച് വരാന്തയിലെ ചാരുബെഞ്ചിലിരുന്നു.

“നമുക്ക് നമ്മളുതന്നെ മതി തങ്കം. ഞാൻ എപ്പോഴും പറയാറില്ലേ.” അയാൾ അവരെ ആശ്വസിപ്പിച്ചു.

ഓർമ്മകൾ പുഴപോലെ ഒഴുകി, മുന്നോട്ടല്ല വർഷങ്ങളോളം പുറകിലേക്ക്. എന്നാണ് അദ്ദേഹം തന്നോടൊപ്പം നടക്കാൻ തുടങ്ങിയത്? ജീവിതത്തിന്റെ പാതയിൽ എങ്ങോ ഒരിടത്ത്. ആദ്യം കണ്ടുമുട്ടിയ നാൾ മുതൽ താൻ അറിഞ്ഞും അറിയാതെയും തന്നെ പിന്തുടർന്ന കാല്പാടുകൾ.

വെറുതെ ഒരടുപ്പം, സൗഹൃദം. സൗഹൃദത്തിൽ ജാതി, മതാന്തരങ്ങളൊന്നും അനുശാസിച്ചിട്ടില്ലല്ലോ. അതൊന്നും സങ്കല്പത്തിൽ പോലുമില്ല.

പഴമ മങ്ങിയിട്ടില്ലാത്ത പാരമ്പര്യം. അതായിരുന്നു തന്റെ ചുറ്റുപാടുകൾ. ജീവിതത്തിന്റെ നാൾവഴികളിലെവിടെയോ ഒരു കോണിൽ ഒരു പരിചയം. അത് തന്റെ യോഗനിയോഗങ്ങളെ മാറ്റിമറിക്കുമെന്നറിയാതെ എത്രയോ നാൾ. പരസ്പരം കൂട്ടുകൂടിയും കളിതമാശകൾ പറഞ്ഞും കഴിഞ്ഞ നാളുകൾ. എന്നാണതിന്റെ നിറം മാറിയത്? കേവലം ഒരു സൗഹൃദത്തിൽനിന്ന് ചിരസ്ഥായിയായ പ്രണയത്തിലേക്ക് മനസ്സുകൾ ചേക്കേറിയത്? തങ്കം ഓർത്തെടുക്കാൻ ശ്രമിച്ചു. അങ്ങനെ ഒരതിർവരമ്പ് ആ ബന്ധത്തിനുണ്ടായിരുന്നോ? ഒന്നും വേർതിരിച്ചെടുക്കാനാവുന്നില്ല. ഒന്ന് മറ്റൊന്നിലേക്കൊഴുകി അലിയുന്നതുപോലെ.

ഒരു തിരുവാതിര കാലം. ആട്ടവും പാട്ടും വ്രതവും ഒക്കെ ആഘോഷമാവുന്ന നാൾ. പോകാനിറങ്ങുമ്പോൾ അദ്ദേഹം കൂടെ വന്നു. അന്നാദ്യമായി ഒന്നിച്ചൊരു യാത്ര. ശേഷിച്ച ജീവിതം മുഴുവനും ഒന്നിച്ചു യാത്രചെയ്യാൻ ഒരു തുടക്കം മാത്രം. അത് അന്ന് അറിഞ്ഞില്ല. അങ്ങനെ ആലോചിച്ചുമില്ല. സ്വച്ഛമായ ജലാശയത്തിൽ കല്ലെറിഞ്ഞാലെന്നപോലെ ശാന്തമായിരുന്ന മനസ്സിൽ, ജീവിതത്തിൽ ഓളങ്ങളും തിരകളും അലയിളക്കാൻ തുടങ്ങുകയായിരുന്നു. പിന്നെപ്പിന്നെ കലങ്ങിമറിഞ്ഞ് തെളിയാതായ പുഴപോലെ ജീവിതം. അപ്പോഴും കൈവിടാതെ, തളരാനനുവദിക്കാതെ കൂടെ നിന്നു. ഒടുവിൽ കൂടെക്കൂട്ടി.

വീട്ടിലും നാട്ടിലും കോലാഹലം. കലാശക്കൊട്ടില്ലാത്ത മേളപ്പെരുക്കംപോലെ.

"എന്താ ഈ കേക്കണേ. എങ്ങനെ കഴിഞ്ഞതാ. അമ്പലോം തേവാരോം ഒക്കെയായിട്ട്. എന്നിട്ടിപ്പൊ എല്ലാം മറന്ന് ഒരു കല്യാണം, ജാതീം മതോം ആചാരങ്ങളും ഒന്നും നോക്കാതെ."

അതെ. ഒന്നും നോക്കാതെയായിരുന്നു അദ്ദേഹം തന്നെ ജീവിതസഖിയാക്കിയത്. എന്നും എന്തിനും കൂടെയുണ്ടാവുമെന്ന ഉറപ്പ്. അതു മാത്രമായിരുന്നല്ലോ ഉടമ്പടി. അത് ഒരിക്കലും തെറ്റിച്ചിട്ടുമില്ല; ഇന്ന് ഈ നിമിഷംവരെ.

ശാന്തേടത്തിക്ക് ഇപ്പോഴും ചൊരുക്കു മാറിയിട്ടില്ല. അന്നും ഏറ്റവും കൂടുതൽ എതിർപ്പ് ഏടത്തിക്കു തന്നെയായിരുന്നല്ലോ.

"എല്ലാവരേയും നാണംകെടുത്തിയില്ലേ. ഇനി നാട്ടിലെങ്ങനെ തല പൊക്കി നടക്കും. ബാക്കീള്ളവരുടെ കാര്യമെങ്കിലും ഓർക്കായിരുന്നൂലോ."

"അവളുടെ അഹമ്മതി. അല്ലാണ്ടെന്താ? തൊട്ടുതീണ്ടി ശുദ്ധോം വൃത്തീം ഒന്നും നോക്കാതെ ഒരു കീഴ്ജാതിക്കാരന്റെ കൂടെ പൊറുക്കാന്ന് വെച്ചാ?"

ഓരോരുത്തരും അവനവനറിയാവുന്ന ഭാഷയിൽ ശകാരിച്ചു.

കേട്ടപ്പോൾ ശരിയാണെന്നു തോന്നി. ഈ ബന്ധംകൊണ്ട് വലിയ ഒരു ഭൂമികുലുക്കം തന്നെയുണ്ടാവാം. ജാതിവരേണ്യതയുടെ അടിത്തറതന്നെ ഇളകി എല്ലാം ഇടിഞ്ഞുപൊളിഞ്ഞ് ധടപടാന്ന് നിലംപൊത്തിയേക്കാം. എന്നിട്ടും വെണ്ടെന്നു വെയ്ക്കാനായില്ല. എല്ലാം ഇട്ടെറിഞ്ഞ് ഇറങ്ങിപ്പോന്നു, തിരിഞ്ഞുനോക്കാതെ. നോക്കിപ്പോയാൽ, അച്ഛനമ്മമാരുടെ നെഞ്ചിലെരിയുന്ന അഗ്നിയുടെ ചൂടിൽ താൻ ഉരുകി ഇല്ലാതാവുമായിരുന്നു. അതു താങ്ങാനാവാതെ നടന്നു, അദ്ദേഹത്തിന്റെ ബലമുള്ള കൈകൾ പിടിച്ച്.

എത്ര ദൂരം. ഓർക്കുമ്പോൾ അത്ഭുതമാണിന്ന്. എല്ലാവരാലുമുപേക്ഷിക്കപ്പെട്ട രണ്ടുപേർ. ഒന്നും ഒന്നും ഒന്ന്. അതായിരുന്നു പിന്നീടുള്ള ജീവിതയാത്ര.

"തനിക്ക് സങ്കടമുണ്ടല്ലേ. ഇപ്പൊ വേണ്ടിയിരുന്നില്ല്യാന്ന് തോന്നുന്നുണ്ടോ?"

അന്നും ഇതുപോലെ തന്നെ ചേർത്തുപിടിച്ച് അദ്ദേഹം ചോദിച്ചു.

"എല്ലാം തനിക്ക് നഷ്ടപ്പെടുത്തിയത് ഞാനല്ലേ? നാടും വീടും ബന്ധങ്ങളും ബന്ധുക്കളും എല്ലാം."

എന്തു മറുപടി പറയണമെന്നറിയാതെ ആ മാറിൽ മുഖമമർത്തി തേങ്ങിയത് ഇന്നലെയായിരുന്നോ? വർഷങ്ങളുടെ ജരാനരകൾ ഓർമ്മകൾക്കില്ലാതെ പോയതെന്തേ?

അന്ന് താനൊന്നും പറഞ്ഞില്ലെന്ന് തങ്കമോർത്തു. ഏറെ നേരത്തിനുശേഷം ഒറ്റ വാക്കിൽ ഒരു മറുപടി, "നഷ്ടം എനിക്കു മാത്രമല്ലല്ലോ."

"ഏയ്... എനിക്ക് നഷ്ടമോ? തന്നെ നഷ്ടപ്പെട്ടാലോ എന്നു മാത്രമായിരുന്നു എന്റെ ആധി." ഒന്നു നിറുത്തി അദ്ദേഹം തുടർന്നു. "തനിക്ക് മനസ്സിലാവുമോ എന്നറിയില്ല. ഞാൻ ഏറ്റവുമധികം സന്തോഷിക്കുന്ന ദിവസമാണിന്ന്. താനെന്റെ കൂടെയുണ്ടായാൽ മതി, ഏതു ദുഃഖവും മറക്കാൻ. അതു മാത്രം മതി."

അന്നു മുതൽ ഇന്നുവരെ ഇണ പിരിയാതെ... മരണത്തിൽ മാത്രമേ പിരിയാനുള്ള ജാതകം കാണുന്നുള്ളൂ. ആരാണ് പറഞ്ഞത്? എത്ര ആലോചിച്ചിട്ടും പിടികിട്ടിയില്ല. ജാതകമില്ലാതെ, മുഹൂർത്തം നോക്കാതെ ഒന്നിച്ചിറങ്ങിത്തിരിച്ചതാണല്ലോ. അതിനുശേഷം എവിടെയൊക്കെ, എപ്പോഴൊക്കെ, ഒറ്റപ്പെട്ട് ആരോരുമില്ലാതെ, ആർക്കും ആരുമില്ലാതെ, പക്ഷേ അപ്പോഴൊക്കെ അദ്ദേഹം കണ്ണിമയ്ക്കാതെ കൂടെ നടന്നു.

ഇതാ ഇപ്പൊഴും.

തങ്കം അയാളോട് ഒന്നുകൂടി ചേർന്നിരുന്നു. ആ തോളിൽ തല ചായ്ച്ചു. അയാൾ അവരുടെ വെള്ളിനൂലുകൾ ഇഴപാകിയ പട്ടം പോലത്തെ മിനുസമുള്ള മുടിയിൽ വെറുതെ വിരലോടിച്ചുകൊണ്ടിരുന്നു. അതവർക്ക് ഏറെ പ്രിയപ്പെട്ട സ്നേഹചിഹ്നമാണെന്ന് അയാൾക്കറിയാം. ഏതോ നിർവൃതിയിലലിഞ്ഞ്, അവരുടെ കണ്ണുകൾ മെല്ലെ മെല്ലെ കൂമ്പിയടഞ്ഞു.

പതിനൊന്ന്

"തങ്കം, ഇങ്ങനെ ഇരുന്നുറങ്ങണ്ട."

അവരുടെ തോളിൽ കൈയിട്ട് അയാൾ അകത്തേക്കു നടന്നു.

"വരൂ.. എന്തെങ്കിലും കഴിച്ച് കിടക്കാം. നാളെ... ഇനി എല്ലാം നാളെ."

"അത്താഴത്തിന്... വല്ലതും ഒരുക്കണ്ടേ?"

ഒന്നും മിണ്ടാതെ അയാൾ മേശപ്പുറത്ത് അടച്ചുവെച്ചിരുന്ന പാത്രങ്ങൾ തുറന്നു. തനിക്കേറെ ഇഷ്ടമുള്ള നെയ്റോസ്റ്റും കലക്കാത്ത തേങ്ങാച്ചമ്മന്തിയും.

"താൻ വിശന്നു വലഞ്ഞായിരിക്കും വരുന്നതെന്ന് എനിക്ക് അറിഞ്ഞുകൂടേ."

"ഹൊ, എന്റെ വയറ് ഇപ്പോഴേ നിറഞ്ഞൂട്ടോ." തങ്കം ഉണർന്നു ചിരിച്ചു.

വെറും രണ്ടേ രണ്ടു ദിവസം. എന്നിട്ടും എത്രയോ കാലമായി പിരിഞ്ഞിരിക്കുകയായിരുന്നു എന്ന തോന്നൽ. അയാളുടെ കൈത്തണ്ടയിൽ തലവെച്ചു കെട്ടിപ്പിടിച്ചു കിടന്നു.

"യാത്രാക്ഷീണമുണ്ടാവും. ഉറങ്ങിക്കോളൂ."

ആ കൈ തന്റെ തോളിൽ താളം പിടിച്ചുകൊണ്ടിരുന്നു. താളത്തിന്റെ താളം കുറഞ്ഞു കുറഞ്ഞ് നിശ്ചലമാവുന്നത് തങ്കം തൊട്ടറിഞ്ഞു. അദ്ദേഹം ഉറങ്ങിക്കഴിഞ്ഞിരിക്കുന്നു.

പക്ഷേ തങ്കത്തിനുറങ്ങാൻ കഴിഞ്ഞില്ല. നിദ്ര, തന്റെയൊപ്പമെത്തിയിട്ടില്ലല്ലോ. ഇപ്പോഴും നാട്ടിൽ, തറവാടിന്റെ പടിക്കൽ ശങ്കിച്ചു നിൽക്കുന്നപോലെ. തന്റെ കൂടെ വന്നാൽ തൊട്ട് അശുദ്ധമാവുമോ? ഇനി, അടുത്തെത്തിയാലും കാര്യമില്ല. മനസ്സ് അത്രയ്ക്ക് വിക്ഷോഭത്തിലാണ്. ഒന്നു ശാന്തമാവാൻ കൊതിക്കുന്ന, കലിയിളകിയ കടൽ പോലെ. ചിന്തകൾ ഒഴിഞ്ഞിട്ടു വേണ്ടേ?

പണ്ടെപ്പോഴോ ആരോ ചോദിച്ച ചോദ്യം - “മിശ്രവിവാഹസംഘടനയിൽ ചേർന്നുകൂടേ?”

അത് ഇന്നും ഉള്ളംകാലിൽ കുരുത്ത ‘ആണി’ പോലെ. ചെരിപ്പിട്ടാൽപോലും വേദനിച്ചിട്ട് നടക്കാനാവില്ല. പിന്നെയാണോ നഗ്നപാദയായി നടന്നാൽ. ഒരാളെ ഇഷ്ടമായി. ജീവിതത്തിലേക്ക് കൂട്ടുകയും ചെയ്തു. ഇഷ്ടം തോന്നുന്നത് ജാതിയോടോ മതത്തിനോടോ ആണോ? ആ വ്യക്തിപ്രഭാവം, സ്വഭാവം, പെരുമാറ്റം, ജീവിതം, സംസ്കാരം - എല്ലാറ്റിനുമുപരി മനസ്സ്. ആശയങ്ങളുടെ സ്വരച്ചേർച്ചകൾ, ആദർശങ്ങളിലുള്ള പൊരുത്തം. അത്തരം ഒരു കൂട്ടുകെട്ടിന് ഒരു സംഘടനയുടെ മുദ്രയും മേൽവിലാസവും ആവശ്യമുണ്ടോ?

ഭിന്നജാതിയിൽപെട്ടവർ വിവാഹിതരായാൽ മിശ്രമായി, ചിലരുടെ ഭാഷയിൽ സങ്കരം. സങ്കരസംഘടന എന്നൊന്നു കേട്ടിട്ടില്ല. ഭാഗ്യം. മിശ്രമായാൽ ജാതിയില്ലാത്ത ഒരു തലമുറയുണ്ടാവുമോ? സംഘടനയുടെ മുദ്രാവാക്യം - ലക്ഷ്യം അതാവുമോ അത്തരമൊരു സമൂഹത്തിനു വേണ്ടി നിലകൊള്ളുമോ? ഒന്നുപേക്ഷിച്ച് മറ്റേതിൽ ചേരുന്നതാണല്ലോ നാട്ടുനടപ്പ്. അപ്പോഴും ജാതി ഇല്ലാതാവുന്നില്ലല്ലോ. എന്റെയാണ് കേമം, കൂടുതൽ ശ്രേഷ്ഠം. അങ്ങനെ ജാതിചിന്തയെ വളർത്തി പോഷിപ്പിച്ച് പ്രോത്സാഹിപ്പിച്ച് ഒന്ന് ശോഷിക്കുകയും മറ്റേതിന്റെ മേദസ്സ് കൂടുകയും. ഒന്നു ചീഞ്ഞാൽ മറ്റൊന്നിനു വളം എന്നല്ലേ. എന്താണിത്രയൊക്കെ ആലോചിക്കുന്നത് എന്ന് തങ്കം തന്നോടുതന്നെ ചോദിച്ചു.

കയ്പേറിയ നിരവധി അനുഭവങ്ങൾ അവരുടെ ഓർമ്മയിൽ കൂണുപോലെ മുളച്ച് കുട നിവർത്തിനിന്നു. എങ്ങനെ മറക്കും? വാസ്തവത്തിൽ താനെന്നെങ്കിലും ജാതിഭേദത്തെക്കുറിച്ച് ആലോചിച്ചിട്ടുണ്ടോ? ഇല്ല. ഒരിക്കലുമില്ല. അയിഷയും ആമിനയും ഇന്ദിരയും ത്രേസ്യാക്കുട്ടിയും എല്ലാം തന്റെ ഉറ്റസുഹൃത്തുക്കളായിരുന്നല്ലോ. കുറുമ്പയുടെയും തളരിയുടെയും മക്കൾ. തന്റെ കൂടെ കൊച്ചുക്ലാസുകളിൽ ഉണ്ടായിരുന്നു. രണ്ടും മൂന്നും ക്ലാസിലെത്തിയപ്പോൾ അവരെല്ലാം പഠിപ്പു നിർത്തി. ഇല്ലത്തെ തമ്പുരാട്ടിക്കുട്ടിമാരും കോലോത്തെ രാജകുമാരിമാരും ഒപ്പം പഠിച്ചിരുന്നു. എവിടെയാണ് ജാതിയുടെ വേർതിരിവ്? അക്ഷരങ്ങളും വാക്കുകളും പാഠ്യവിഷയങ്ങളും എല്ലാവർക്കും ഒരുപോലെ. ആർക്കും കൂടുതലോ കുറവോ ഇല്ലായിരുന്നു. ആഹാരനീഹാരാദികളും പൈദാഹങ്ങളുമൊക്കെ എല്ലാവർക്കുമില്ലേ. രക്തവും മാംസവും രേതസ്സുംവരെ എല്ലാ മനുഷ്യർക്കുമൊരുപോലെ. എന്നിട്ടും അപൂർവ്വം ചില

ക്ലാസുകളിൽ. പിന്നെ അമ്പലങ്ങളിൽ ആഭിജാത്യവും ആഢ്യത്തവും മറ്റുള്ളവർക്കു മുമ്പിൽ മുഖംതിരിച്ചു നിന്നിട്ടുണ്ട്. അപ്പോഴൊക്കെ തന്റെ മനസ്സിൽ ആരോടെന്നില്ലാത്ത അമർഷം നുരഞ്ഞു പൊങ്ങി യിരുന്നു. അത്രയ്ക്കൊന്നും ഈ വിഷയത്തെക്കുറിച്ച് ചിന്തിക്കാ നാവാത്ത പ്രായത്തിലും ആരും ആർക്കും താഴെയല്ല എന്ന വിചാരം എങ്ങനെയോ തന്റെയുള്ളിൽ കടന്നുകൂടിയതും മുമ്പേ നിശ്ചയിക്ക പ്പെട്ടതായിരിക്കുമെന്ന് തങ്കത്തിനു തോന്നി.

"എന്തൊരു തലേലെഴുത്താ! എല്ലാവർക്കും പഠിപ്പും വിവരോം ഒക്കെ കൂടുമ്പോൾ ബോധം തെളിയും. ഈ വീട്ടില് നേരെ തിരിച്ചാ. ബോധം മറഞ്ഞുപോയീന്നാ തോന്നണെ. എന്റീശ്വരാ! ശുദ്ധോം അയിത്തോം തിരിച്ചറിയാതെ..." അമ്മ വലിയാലേ കരഞ്ഞു.

പിന്നീടുള്ള ജീവിതം. നാടും വീടും അന്നേ മറന്നു. മനപ്പൂർവം മറന്നതായി ഭാവിച്ചു. കുത്തുവാക്കുകൾ കേട്ട് മനസ്സു മടുത്തു. കവിത യറിയാത്തവരും ആശാന്റെ 'ദുരവസ്ഥ'യിലെ കഥാഗതി വിവരി ക്കാൻ തുടങ്ങി. എന്നാൽ ഒരിക്കലും 'ചണ്ഡാലഭിക്ഷുകി' ഉദ്ധരിച്ചു കേട്ടില്ല. അവിടെയൊക്കെ ജാതി പുനർചിന്തനം ചെയ്യപ്പെടുകയാ യിരുന്നല്ലോ. പുനർനിർവചിക്കപ്പെടുകയും.

ഓർമ്മകൾ ഒരിടത്തും നിർത്താതെ പാഞ്ഞുപോകുന്ന വണ്ടി പോലെ. അതോ തടശ്ശിലകൾ തകർത്ത് പുറകോട്ട് ഒഴുകുന്ന പുഴ പോലെയോ. മിഴിപൂട്ടാനാവാതെ തങ്കം ആ ഒഴുക്കിൽ പൊങ്ങു തടിയായി ഒഴുകി.

ഭാനുവിന്റെ കല്യാണാവശ്യത്തിനാണ് കാർത്തു തന്നെ വിളിച്ചു വരുത്തിയത്. ഇതിനു മുമ്പും കുടുംബത്തിൽ എത്രയെത്ര ചടങ്ങു കൾ; ആഘോഷങ്ങൾ. ചിലതെല്ലാം അറിയിക്കും. ഇന്ന ദിവസം ഇന്നയിടത്ത് അത്രമാത്രം. അല്ലാതെ 'കുറച്ചു ദിവസം മുമ്പേ വരണം. എല്ലാത്തിനും ആളായി മുൻപന്തിയിലുണ്ടാവണം.' കേൾക്കാൻ കൊതിച്ച വാക്കുകൾ ആരും പറഞ്ഞില്ല. ക്ഷണിക്കപ്പെട്ട അനേകം പേരിലൊരാളായി. പിരിഞ്ഞുപോന്ന അവസരങ്ങൾ. ഓരോ സന്ദർഭ ത്തിലും നിരാശപ്പെടാതിരിക്കാൻ, അഴലിൽ ആഴാതിരിക്കാൻ തന്നെ ത്തന്നെ പാകപ്പെടുത്തുകയായിരുന്നു.

ഓരോ വിശേഷത്തിനും അദ്ദേഹത്തിനോട് ചോദിക്കും, "കൂടെ വന്നുകൂടേ?"

"വേണ്ടെടോ. അവർക്കൊന്നും ഞാൻ ആരുമല്ലല്ലോ."

ആൾക്കൂട്ടത്തിൽ എവിടെയെങ്കിലും ഒറ്റയ്ക്ക്. അത് വല്ലാത്ത ഒരവസ്ഥയാണ്.

"ഞാനില്ല. താൻ പോയാൽ മതി തങ്കം."

അതെ, ഒരുമിച്ചു പോകണമെന്നാഗ്രഹിച്ച ഒരു കാര്യവും നട ന്നില്ല. വല്ലാത്ത അന്യഥാത്വം. തിരിച്ചു പോരുമ്പോൾ ഉള്ളു തേങ്ങാത്ത ദിവസങ്ങളില്ല.

ഇന്ന് കാർത്തു വിളിച്ച് വരാൻ നിർബന്ധിച്ചപ്പോൾ മറ്റെല്ലാം മറന്നു. പക്ഷേ എന്തിനാണ് അവൾ തന്നെത്തന്നെ വിളിച്ചുവരു ത്തിയത്? ഭാനുവിനെ ഉപദേശിക്കാൻ. ഉറ്റവരും ഉടയവരുമായി എത്രയോ പേർ. എന്നിട്ടും...

കാർത്തുവിന്റെ വാക്കുകൾ തങ്കത്തിന്റെ കാതിൽ അനുരണന മായി വീണ്ടും.

"ചിറ്റൂന്റെ അനുഭവം വെച്ച് അവളെ ഉപദേശിക്കണം. ഒരാവേശ ത്തിന് ഓരോന്നിലേക്ക് എടുത്തുചാടിയിട്ട്... അതുമല്ല. ജാതിയും മതവുമൊന്നും വേണ്ടാന്നു വെയ്ക്കാനുമാവില്ല. ഓരോന്നിനും അതി ന്റേതായ നിലയും വിലയുമൊക്കെയുണ്ട്."

ഓഹോ! അപ്പോൾ അതാണു കാര്യം. താനനുഭവിച്ച ദുരിത ങ്ങൾ, അപമാനങ്ങൾ, പരിഹാസങ്ങൾ... എല്ലാം എണ്ണിയെണ്ണി തെളി വായി നിരത്തി ഭാനുവിനെ പിൻതിരിപ്പിക്കണം. ആഭിജാത്യമൊത്ത ഒരാളെ കല്യാണം കഴിക്കാൻ അവളെ പ്രേരിപ്പിക്കണം. പൊന്നു പൂശിയ സൂചികൊണ്ട് തഞ്ചത്തിൽ ഒരു കുത്ത്. തനിക്ക് നീറുമെന്ന് കാർത്തു വിചാരിച്ചിരിക്കില്ല.

ഇതെല്ലാം പണ്ടേ തഴക്കമായതല്ലേ തങ്കം? അവർ തന്നെത്തന്നെ ആശ്വസിപ്പിച്ചു. ഓർത്തപ്പോൾ തങ്കത്തിനു പുച്ഛം തോന്നി.

കണ്ണടയുന്നില്ലല്ലോ. നേരം വെളുക്കാറായിക്കാണും. തങ്കം അല്പനേരം അദ്ദേഹത്തിന്റെ മുഖത്തുനോക്കിയിരുന്നു. എല്ലാം മറ ന്നുള്ള ഉറക്കം. ഒരു നിമിഷം അവർ പഴയ ജീവിതത്തിലേക്കു മടങ്ങി പ്പോയി. "ഒരു കൊച്ചുവീട് മതീലോ നമുക്ക്." ചെറിയ ഒരു വാടക വീട്ടിൽ ജീവിതം തുടങ്ങിയ നാൾ.

"വീട് ചെറുതാവുമ്പോൾ അവിടെ താമസിക്കുന്നവർ തമ്മിലുള്ള അകലം കുറയും തങ്കം."

ഒരു പുതിയ ദർശനം. കേട്ടപ്പോൾ താൻ ചിരിച്ചതിനു കണ ക്കില്ല. അല്ലാതെ നിവൃത്തികേടുകൊണ്ടല്ല. ഉത്തരം പറയാതെ അദ്ദേഹം തന്നെ വലിച്ചടുപ്പിച്ച് മാറോടു ചേർത്തു.

"നോക്ക്, നീയും ഞാനും തമ്മിലുള്ള അടുപ്പം കൂടും എന്ന്. ദാ... ഇങ്ങനെ."

ആ നിമിഷത്തിന്റെ ആർദ്രമായ ഓർമ്മയിൽ തങ്കം അയാളോട് കുറേക്കൂടി ചേർന്നു കിടന്നു.

പന്ത്രണ്ട്

എന്തിനാണ് ഇതൊക്കെ ഓർത്ത് പരിതപിക്കുന്നത്. ഇക്കാലത്തിനിടയിൽ എത്രയെത്ര സുന്ദരമായ മുഹൂർത്തങ്ങൾ. നല്ലതൊക്കെ ഓർത്തുകൂടേ നിനക്ക്? തങ്കം തന്നോടുതന്നെ കലഹിച്ചു.

ഹണിമൂൺ - ഇക്കാലത്തെ കുട്ടികളെപ്പോലെ കുളുവിലും മനാലിയിലും പോകാനാവുമായിരുന്നില്ല. രണ്ടു ദിവസത്തെ ബാംഗ്ലൂർ ട്രിപ്പ്. അവിടെ ചില കൂട്ടുകാർ. അവരുമൊത്ത് വൃന്ദാവനിലേക്ക്. അന്ന് ഡബിൾ ഡക്കർ ബസ് ആദ്യമായി കാണുകയാണ്. അതിൽതന്നെ കയറി. കൂട്ടുകാരാരും ഒപ്പം വന്നില്ല. മൈസൂരിലെത്തിയപ്പോൾ അവരൊക്കെ തങ്ങളെ കാത്തുനിൽക്കുന്നു. ഒരു രണ്ടുനില ബസ്. താമസിച്ചെത്തിയപ്പോൾ കൂട്ടുകാർ കളിയാക്കി.

“നമുക്കും അവരോടൊപ്പം പോന്നാ മതിയായിരുന്നു.”

“അതിനെന്താ. നമ്മൾ ഇതുവരെ കയറാത്ത ബസ്സിൽ കയറിയില്ലേ, അതല്ലേ രസം.”

അന്ന് ബസ്സിൽ. ആ മടിയിൽ കിടന്നു മയങ്ങിയതോർത്തു തങ്കം. അല്പം കഴിഞ്ഞ് അദ്ദേഹം ചോദിച്ചു, “താൻ ഉറങ്ങ്വാണോ? ദാ... പുറത്തേക്ക് നോക്ക്.”

“എന്തു ഭംഗി. മരങ്ങളും പൂക്കളും മഞ്ഞിൽ കുളിച്ച്..”

ഉറക്കം നടിച്ച് അടച്ചുപിടിച്ചിരുന്ന മിഴികളുയർത്തി ആ കാഴ്ചകളിലേക്ക് തുറന്നുവെച്ചത് എത്ര മനോഹരമായ ഓർമ്മയാണിന്നും. അന്ന് അവിടെനിന്ന് വാങ്ങിയ ഒരു മഞ്ഞറോസാച്ചെടിയിൽ വിരിഞ്ഞുനിന്ന പൂവ് കുറേനാൾ ഞങ്ങളെ നോക്കി ചിരിച്ചു. തെല്ലൊരസൂയയോടെ.

“തങ്കം ഉറങ്ങിയില്ലേ ഇതുവരെ? എന്താ ആലോചിക്കുന്നത്?”

അയാൾ ഉറക്കമുണർന്നത് താനറിഞ്ഞില്ലല്ലോ.

"ദാ... ഞാനിപ്പൊ കാപ്പി കൊണ്ടുവരാം."

അവൾ എഴുന്നേൽക്കാൻ ശ്രമിച്ചു.

"വേണ്ട. താനിവിടെ ഇങ്ങനെ ഇത്തിരി നേരം അടുത്തിരിക്ക് തങ്കം."

അയാൾ കിടന്ന കിടപ്പിൽ കൈനീട്ടി അവളുടെ നെറ്റിയിലും കവിളിലും തലോടി. എവിടന്നോ ഒരു കുളിർകാറ്റ് തന്നെ തഴുകിയതുപോലെ. തങ്കം മറ്റൊരോർമ്മയുടെ കുളിരിലലിഞ്ഞു. ജീവിതം ഒരു കവിതപോലെ സുന്ദരമായിരുന്നുവെന്ന് അവർ തിരിച്ചറിഞ്ഞു. പ്രണയം ഓരോ വാക്കിലും വരിയിലും ഒളിച്ചിരുന്നു. കണ്ടുപിടിക്കാമോ എന്ന് ചോദിക്കുന്നതുപോലെ.

"ഇങ്ങനെ ഒരു കാലത്തെക്കുറിച്ച് എന്തെങ്കിലും ഓർത്തിട്ടുണ്ടോ?" അവർ ചോദിച്ചു.

"എങ്ങനെ?" ഒന്നുമറിയാത്ത മട്ടിലായിരുന്നു അയാളുടെ മറുപടി.

തങ്കം വീണ്ടും എഴുന്നേറ്റു.

"ഞാൻ കാപ്പി കൊണ്ടുവരാം."

അവരുടെ ചിന്തകൾ വർഷങ്ങൾക്കു പുറകിലായി. ഇണക്കുരുവികളെപ്പോലെ തെന്നിത്തെറിച്ച് നടന്ന കാലം. ഉണ്ണുമ്പോഴും ഉറങ്ങുമ്പോഴും പിന്നെ ഉണരുമ്പോഴും പാട്ടിന്റെ മേളം. ഇഷ്ടമുള്ള കുറേ ഗാനങ്ങൾ. വൈകുന്നേരങ്ങളിൽ ഒന്നിച്ചുള്ള നടപ്പ്. വഴിയിലെ കാഴ്ചകൾ, കടകൾ, കച്ചവടങ്ങൾ. അവിടെ തങ്ങുന്നവരുടെ വിശേഷങ്ങൾ. ഓരോരുത്തരിലും നമ്മൾ മാത്രം കാണുന്ന ചില പ്രത്യേകതയുണ്ടാവുമല്ലോ. അതൊക്കെ മനസ്സിൽ കുറിച്ചിട്ട്...

നടക്കുന്ന വഴിയിൽ കപ്പലണ്ടിക്കച്ചവടക്കാരന്റെ ഓർമ്മയിൽ തങ്കം ഒന്നു നീട്ടി ശ്വസിച്ചു. വലിയ ഇരുമ്പുചട്ടിയിൽ പൊള്ളുന്ന കപ്പലണ്ടിയുടെ മണം. കടലാസുകുമ്പിളുകളിൽ പൊതിഞ്ഞ ചുടു കപ്പലണ്ടി ഒന്നൊന്നായി കൊറിച്ചുകൊണ്ടാണ് പിന്നീടുള്ള നടപ്പ്. ജീവിതം ഏറ്റവും ആസ്വദിച്ചത് ആ നിമിഷങ്ങളിലാണെന്ന് തോന്നി. ആകുലതകളും ഉൽക്കണ്ഠകളും പെരുവഴിയിലുപേക്ഷിച്ച്, ഒരു കൊച്ചു കപ്പലണ്ടിപ്പൊതിയിൽ ഒതുക്കിയ ജീവിതം. അതിന് വറുത്ത കപ്പലണ്ടിയുടെ ചൂടും ചൂരും മാത്രം. മറ്റെല്ലാം നിഷ്പ്രഭം, നിസ്സാരം.

അന്യോന്യം പിരിയുന്നത് ജോലിയിൽ മുഴുകുമ്പോൾ മാത്രം. വഴിയിൽ കാണുന്ന എത്രയെത്ര അപൂർവ്വം കാഴ്ചകൾ, തമാശകൾ എല്ലാം വരച്ച ചിത്രങ്ങൾ തനിക്ക് പോസ്റ്റ് ചെയ്തിരിക്കുന്നു. കണ്ടാൽ ആർക്കും ചിരിക്കാതിരിക്കാൻ കഴിയാത്ത വരകൾ.

കാപ്പിയുമായി എത്തുമ്പോൾ, തങ്കം ഓർത്തോർത്ത് ചിരിച്ചു പോയി.

"താനെന്താ ചിരിക്കുന്നത്?"

"ഏയ്... വെറുതെ."

ചൂടുകാപ്പി ഊതിക്കുടിച്ചുകൊണ്ടിരിക്കുമ്പോൾ തങ്കം പിന്നെയും പഴയ ചോദ്യം ആവർത്തിച്ചു.

"ജീവിതത്തിൽ ഇങ്ങനെ ഒരു സമയം വരുമെന്ന് വിചാരിച്ചിരുന്നോ?"

"എങ്ങനെ... എന്തു സമയം?"

"ആരുമില്ലാതെ നമ്മൾ ഒറ്റയ്ക്ക്?"

"എന്നും അതങ്ങനെയായിരുന്നില്ലേ തങ്കം?"

"അല്ലാന്ന് ഞാൻ പറഞ്ഞില്ലല്ലോ. എന്നാലും. നമുക്ക് എവിടെയെങ്കിലും ഒന്നു പോയാലോ?"

അവർ വല്ലാതെ ആതുരയാവുന്നുണ്ടെന്ന് അയാൾക്കു തോന്നി.

"എനിക്കും മോഹമില്ലാഞ്ഞിട്ടല്ല തങ്കം. പഴയപോലെ പറ്റണില്ലല്ലോ ഇപ്പോൾ."

തങ്കം അയാളെത്തന്നെ നോക്കിയിരുന്നു. പ്രായമായിരിക്കുന്നു. തനിക്കും. എവിടെ ആയാലും രണ്ടുപേർ തനിച്ച്. മറ്റാരാണ് സഹായത്തിന്?

"നമ്മളെവിടെയെല്ലാം പോയിട്ടുണ്ട്, ഓർമ്മയുണ്ടോ?"

തങ്കം തലയാട്ടി.

"എല്ലാം എന്റെ മോഹമായിരുന്നു. തനിക്ക് ഇഷ്ടമില്ലാത്തതൊന്നും ചെയ്യാൻ എനിക്ക് കഴിയുമായിരുന്നില്ല തങ്കം."

അവർ അയാളുടെ മുഖത്ത് നിർന്നിമേഷം നോക്കിയിരുന്നു. സാവധാനം നിറഞ്ഞുവന്ന സ്വന്തം മിഴികൾ മെല്ലെ ചേർത്തടച്ചു.

"ഇനി അതൊക്കെ ഓർത്ത് സന്തോഷിക്കാം. അതാ നല്ലത്. അതേ കഴിയൂ."

"പണ്ട് കൊടൈക്കനാലിൽ പോയത് ഓർമ്മയുണ്ടോ?"

"ഇതെന്താ, എനിക്ക് മറവിരോഗം ബാധിച്ച മട്ടിൽ തന്റെ ഒരു ചോദ്യം?" അയാൾ ചിരിച്ചു.

"നമ്മൾ കോക്കേഴ്സ് വാക്കിൽ നടക്കാൻ പോയത്?"

"എങ്ങനെ മറക്കാനാ. താനല്ലേ അന്ന് മുമ്പേ ഇറങ്ങിയത്. പക്ഷേ..."

"എന്താപ്പൊ ഒരു പക്ഷേ?"

"താൻ നടന്നു തീരുന്നില്ലായിരുന്നു."

"എന്നുവെച്ചാ ഞാൻ നടന്നു നടന്നു ക്ഷീണിച്ചൂന്നോ?"

"അങ്ങനെയല്ല. വളഞ്ഞുപുളഞ്ഞു പോവുന്ന ഒരു ചെറിയ നടപ്പാതയല്ലേ? സൂര്യനുദിക്കും മുമ്പേയാണ് നമ്മൾ നടക്കാനിറങ്ങിയത്. കുറേദൂരം നടന്നപ്പോൾ ചുട്ടുപഴുത്ത ഓട്ടുകിണ്ണംപോലെ സൂര്യൻ. ആ ഉദയം ഒന്നു കാണേണ്ടതു തന്ന്യായിരുന്നു. അത് കാണാൻ മാനം നോക്കി നോക്കി നടന്ന് വീഴാൻ പോയത് ഓർമ്മയുണ്ടോ? അവിടെ അടിതെറ്റിയാൽ കുത്തനെ താഴെ. പൊടിപോലും ബാക്കീണ്ടാവില്ല."

"പക്ഷേ എനിക്ക് പേടിയൊന്നും തോന്നിയില്ല. എന്തു വന്നാലും എന്നെ താങ്ങാൻ ആളുണ്ടല്ലോ." അവൾ അയാളെ നോക്കി ആംഗ്യം കാണിച്ചു.

"ഓഹോ, അതു കൊള്ളാലോ." രണ്ടുപേരും പൊട്ടിച്ചിരിച്ചു.

വാടിയുണങ്ങാൻ തുടങ്ങിയ ചില്ലയിൽ വീണ്ടും പ്രണയം പൂക്കുന്നതുപോലെ.

ആ കൊച്ചുവാടകവീട്ടിലേക്ക് ഓർമ്മകൾ തിരിഞ്ഞോടി. അടുത്തടുത്ത് ചെറിയ വീടുകൾ. അച്ഛൻ, അമ്മ. ഒന്നോ രണ്ടോ കുട്ടികൾ. എല്ലാവരും പ്രാരബ്ധക്കാരായിരുന്നു. പക്ഷേ സ്നേഹമുള്ളവർ. സ്വന്തമായി ജീവിതാദർശങ്ങളുള്ളവർ. ഓരോരുത്തരും ഇപ്പോൾ എവിടെയായിരിക്കുമോ? അവരും തങ്ങളെപ്പോലെ ഏകാന്തതയിലാവുമോ?

ഷിഹാബും ഹസ്നയും ഒന്നിച്ചു പഠിച്ച് ഇഷ്ടപ്പെട്ട് കല്യാണം കഴിച്ച് ഒരുമിച്ച് താമസിക്കുകയായിരുന്നല്ലോ. അവർക്ക് ജാതിയുടെ തടശ്ശിലകൾ തകർക്കേണ്ടിയിരുന്നില്ല. എന്നാൽ...

ജിലധർ കുടുംബം എല്ലാംകൊണ്ടും വേറിട്ടു നിന്നവരായിരുന്നില്ലേ? ജാതിക്കെതിരെ, അന്ധമായ മതവിശ്വാസങ്ങൾക്കെതിരെ പരസ്യമായി, വീറോടെ പൊരുതിയിരുന്ന ദമ്പതികൾ. കനകമ്മ നഴ്സായിരുന്നു. പത്രത്തിൽ പരസ്യം ചെയ്താണ് വിജാതീയനായ ജിലധറിനെ കല്യാണം കഴിച്ചത്. സ്വപ്നതുല്യമായ ജീവിതം. ആ വീട്ടിൽ ബ്രാഹ്മമുഹൂർത്തത്തിൽ ഗിറ്റാറിന്റെയും വയലിന്റെയും കമ്പികൾ ഈണത്തിൽ കലപില കൂട്ടുന്നുണ്ടാവും. ശാസ്ത്രീയസംഗീതത്തിന്റെ ആരോഹണാവരോഹണങ്ങൾ പരിസരം ആർദ്രമാക്കുമായിരുന്നു. അവരെ അനുകരിക്കാൻ തോന്നിയിട്ടുണ്ട് പലപ്പോഴും. ആ സഹവാസം ഒരഭിമാനമായിരുന്നില്ലേ എന്ന് തങ്കം ആലോചിച്ചു.

അവരുടെ സഹോദരങ്ങളും അതേ പാതയിലായിരുന്നല്ലോ. അവിടന്ന് ഒഴുകിവരുന്ന പാട്ടുകളുടെ ഈണത്തിനൊത്ത് ഇവിടെ തങ്ങളുടെ കൊച്ചുസ്വർഗ്ഗത്തിൽ സുപ്രഭാതഗീതം ആലപിക്കാൻ അദ്ദേഹം മറക്കാറില്ല. പാടാനറിയില്ലെങ്കിലും ഉറക്കെ പാടി ബഹളം വെയ്ക്കും. ഓർത്തപ്പോൾ തങ്കത്തിന് ചിരിയടക്കാൻ കഴിഞ്ഞില്ല.

"എന്താ ഇപ്പൊ ഇത്ര ചിരിക്കാൻ?" അയാൾ ചോദിച്ചു.

"അതേയ്... നമ്മുടെ അയൽപക്കത്ത് താമസിച്ചിരുന്നവരെ ഓർമ്മയില്ലേ? ജിലധർ ഫാമിലി? പാട്ടും വയലിനും ഒക്കെയായി. അതോർത്ത് ചിരിച്ചതാ. അന്ന് ഇവിടെ ഒരാള് എന്തൊരു സംഗീത മായിരുന്നു. എല്ലാം മറന്നോ?"

"അയ്യോ... അത് ഞാൻ... തങ്കം പറഞ്ഞപ്പൊഴാ... അവരിപ്പോൾ?"

"അറിയില്ല. പക്ഷേ പഴയ ജാത്യേതരസങ്കല്പം എന്നോ പൊലി ഞ്ഞണഞ്ഞു എന്നാ കേട്ടത്."

"അതെന്താ തങ്കം? അവർ എല്ലാവരും ഒന്നിച്ചെടുത്ത തീരു മാനമായിരുന്നില്ലേ?"

"അതെയതെ. ആ തലമുറ മാത്രം."

"പിന്നീട് കുട്ടികൾ സ്വന്തം ജാതിയുണ്ടാക്കി. ഒരാൾ ഹിന്ദു, മറ്റേ യാൾ ക്രിസ്ത്യാനി, കൂടിക്കലരാനിഷ്ടമില്ലായിരുന്നത്രെ. ഏതെ ങ്കിലും ഒരു ജാതി മതി. ഇല്ലെങ്കിൽ ജീവിക്കാൻ ബുദ്ധിമുട്ടാവുമത്രെ."

"ഇപ്പൊ ആ കുട്ടികൾ തമ്മിൽപോലും ഒരു ബന്ധവുമില്ലെന്നാ കേട്ടത്. എത്രയോ കാലമായി കണ്ടിട്ട്. പുതിയ തലമുറ മാത്രമേ ശേഷിച്ചിട്ടുള്ളൂ. ഒരിക്കൽ ഞാൻ അവരെ കണ്ടിട്ടുണ്ട്. അത്രതന്നെ."

തങ്കം പെട്ടെന്ന് മൗനിയായി. ചിന്തകൾ വഴുതി മാറുന്നത് അവ രറിഞ്ഞു. ജാത്യേതരം! എത്രനാൾ എത്ര പേർക്ക് പിടിച്ചുനിൽക്കാ നാവും? പണ്ടത്തെ തലമുറയ്ക്ക് അങ്ങനെയൊരു സ്വപ്നമെങ്കിലു മുണ്ടായിരുന്നിരിക്കാം, ചിലർക്കെങ്കിലും. പക്ഷേ ഇന്ന്... എല്ലാം ആറ്റിക്കുറുക്കി അരിച്ചുപെറുക്കി കൃത്യമായ ലാഭനഷ്ടങ്ങൾ തിട്ട പ്പെടുത്തി മുന്നോട്ടു പോവുന്ന ഒരു തലമുറ. റൊട്ടിയുടെ ഏത് വശത്താണ് വെണ്ണ കൂടുതൽ പുരട്ടിയിരിക്കുന്നതെന്ന് കണ്ടും അറിഞ്ഞും മാത്രം കൈകാര്യം ചെയ്യുന്ന രീതി. അവിടെ ഭാഗ്യ പരീക്ഷണങ്ങളില്ല. ആദർശങ്ങൾക്കുവേണ്ടി അനാവശ്യമായ ത്യാഗം സഹിക്കാനാർക്കുമിഷ്ടമില്ല. ജാത്യാഭിമാനം. അതിന് ഒരിക്കലും ഒരു മോചനമില്ല.

"എന്താ തങ്കം, ഒന്നും മിണ്ടാത്തേ? തന്റെ വർത്തമാനവും സന്തോഷവും ഒക്കെ പെട്ടെന്ന് അപ്രത്യക്ഷമായല്ലോ. എന്തേ?"

“ഓരോന്നോർത്തു. അത്രതന്നെ. ഈ ജാതിചിന്ത ഒരിക്കലും ഇല്ല്യാണ്ടാവില്ല അല്ലേ? ഓർക്കുമ്പോൾ തോറ്റുപോയ അനുഭവമാണ് എനിക്ക്.”

“എന്താപ്പൊ അങ്ങനെ തോന്നാൻ?”

“എല്ലാംകൊണ്ടും. നാട്ടിൽ പോയിട്ട് വന്നപ്പോൾ വല്ലാത്ത ഒരു വിഷമം. ഞാനിന്നലെ അമ്പലം വരെ പോയി. പക്ഷേ...”

“എന്തേ?”

“ഓരോ ഓർമ്മയിൽ തിരികെ പോന്നു.”

“ഇതാ ഇപ്പൊ നല്ല വിശേഷം. തനിക്ക് അവിടെ പോയി തൊഴുതു പോരാമായിരുന്നില്ലേ തങ്കം? ഈശ്വരനോട് പിണങ്ങണോ?”

ആരോടാണ് പിണങ്ങേണ്ടത്. ഈശ്വരൻ എന്ന പരമാത്മ ചൈതന്യത്തിനോടോ? അതിന്റെ അകവും പുറവും തിരിച്ചറിയാൻ വയ്യാത്ത താൻ എങ്ങനെ പിണങ്ങും. ആ വെളിച്ചം കുടത്തിനകത്താക്കുന്ന വരേണ്യവർഗ്ഗത്തോട് പിണക്കം തോന്നാതെന്തു ചെയ്യും? തങ്കം ധർമ്മസങ്കടത്തിലായി.

“ആരോടും പിണങ്ങീട്ടല്ല. പണ്ട് ഒരിക്കൽ അവിടന്ന് നാട്ടുകാരും വീട്ടുകാരും ഒക്കെച്ചേർന്ന് ശബരിമലയ്ക്കു പോയതോർക്കുന്നോ? അന്ന് ഞാൻ...”

“ഉവ്വുവ്വ്. തന്റെ യാത്രാവിശേഷം കേട്ടപ്പോൾ തോന്നി ഈ ലോകത്തിലാരും അവിടെ പോയിട്ടില്ല്യാന്ന്. അത്രയ്ക്ക് പുകിലായിരുന്നല്ലോ.”

“അതൊന്നുമല്ല. അവിടന്ന് ഇരുമുടിക്കെട്ടു നിറച്ച് പോയതോർത്തു. ആ രാത്രി അമ്പലത്തിൽതന്നെ തങ്ങിയില്ലേ? ഊണും അമ്പലത്തിൽതന്നെ. പ്രസാദഊട്ട്. നാട്ടിൽ പല ജാതിക്കാരുമില്ലേ. അടുത്തിരിക്കുന്നത് നായരോ അതോ മറ്റേതെങ്കിലും ജാതിക്കാരനോ എന്നൊക്കെയാണ് ആലോചന. മാലയിട്ട് വ്രതമെടുത്ത ഓരോ വ്യക്തിയും സ്വാമിതന്നെ എന്ന മഹത്വം എവിടെപ്പോയി? ദൈവത്തിനും ജാതിയുണ്ടോ?”

“എന്നേ കഴിഞ്ഞുപോയ കാര്യമല്ലേ തങ്കം? ഇനി അതോർത്ത് എന്തിനാ...?”

“എന്നാലും, മലമുകളിലെത്തുമ്പോൾ ഒരു തത്ത്വം – ‘തത്ത്വമസി’ കണ്ടിട്ടില്ലേ? എത്രയോ പ്രാവശ്യം പോയിട്ടുള്ള ആളല്ലേ?”

“അതാണല്ലോ ഈശ്വരന്റെ പൊരുൾ. അതുതന്നെയാ ഞാൻ ചോദിച്ചത്? ആ പൊരുളിന് ജാതിയുണ്ടോ? അയിത്തമുണ്ടോ?”

“ഞാൻ നീ തന്നെയാണ് എന്ന് ദൈവം എല്ലാവരോടും ഒരു പോലെ ആവർത്തിക്കുമ്പോൾ ഓരോ ഞാനും നീയും ഒന്നാവുക യല്ലേ? അവിടെ ജാതിയുടെ വേർതിരിവില്ലല്ലോ. എന്നിലുള്ള തെല്ലാം നിന്നിലുമുണ്ട് എന്നല്ലേ?”

തങ്കം വല്ലാതെ പരവശയായി. മനസ്സ് ക്ഷോഭിച്ച് കലങ്ങിയിരി ക്കുന്നു. ആകെ തളർന്നപോലെ അവർ അയാളോട് ചേർന്നിരുന്നു.

“ഇത്രേം വിഷമിക്കാതെ. ഇതുവരെ കാപ്പി കുടിച്ചില്ലല്ലോ. ചൂടാറി.”

അയാൾ കാപ്പി അവളുടെ ചുണ്ടോടു ചേർത്തുപിടിച്ചു. തണുത്ത കാപ്പി വലിച്ചു കുടിക്കുമ്പോൾ തങ്കത്തിന്റെ മനസ്സ് ഉഴറുകയായി രുന്നു. ഓർമ്മകൾ ഉള്ളിൽ കൊള്ളുന്നില്ലല്ലോ. ചെറിയ പാത്രമായി പ്പോയതുപോലെ, നിറഞ്ഞുകവിഞ്ഞ് പുറത്തേക്കു ചൊരിയുകയാണ്. സത്യം പറഞ്ഞാൽ ഈ ഓർമ്മകളൊക്കെ എവിടെയാണ് വിരി നിവർത്തിക്കിടക്കുന്നത്?

പതിമ്മൂന്ന്

"**ന**മുക്ക് സാവിത്രിഅമ്മായിയെ ഒന്നു കണ്ടാലോ ചിറ്റൂ?" കാർത്തു നിർബന്ധിച്ചു.

"ഇപ്പൊത്തന്നെ താമസിച്ചുപോയി. ഇനി അവിടേംകൂടി കേറീട്ട് എപ്പൊഴാ. ഭാനുവിന്റെ കല്യാണത്തിനു വരുമ്പോ പോരേ? അതിന് അധികം നാളില്ലല്ലോ. നിനക്കറിയാലോ അവിടെ വീട്ടിൽ ഒരാള് ഒറ്റയ്ക്ക്. വഴിയിൽ കണ്ണുംനട്ട് ഇരിക്ക്യാവും."

"ഒന്നു കണ്ടിട്ട് വേഗം വരാം. പിന്നേയ്ക്കുവെച്ചാൽ കഴിഞ്ഞി ല്ലെങ്കിലോ. ഇപ്പൊത്തന്നെ തീരെ വയ്യാന്നാ കേട്ടത്."

അമ്മായിയെ കാണാൻ തനിക്കും തിടുക്കമായിരുന്നു, ഇഷ്ടവും. പ്രായഭേദമന്യേ എല്ലാവർക്കും അവർ അമ്മായിയായത് എങ്ങനെ യാണാവോ. എന്നത്തേയുംപോലെ അപ്പോഴും തങ്കം ആലോചിച്ചു. പക്ഷേ ഇന്നോളം ഒരുത്തരം കിട്ടിയിട്ടില്ല. തറവാട്ടിലെ കാരണവ ന്മാരുടെ താവഴിയിൽ അകന്ന ഒരു ബന്ധം. എന്നിട്ടും ഹൃദയത്തി നോട് ഏറ്റവുമടുത്ത്.

മറ്റുള്ളവരിൽ നിന്നൊക്കെ തികച്ചും വ്യത്യസ്തയായിരുന്നു അമ്മായി. ഒറ്റയ്ക്കുള്ള ജീവിതം. ശതാഭിഷേകം കഴിഞ്ഞിരിക്കുന്നു. ആയിരം പൂർണ്ണചന്ദ്രന്മാരെ കണ്ട ആത്മാവിന്റെ നിറവ്. നിറനിലാ വിൽ മുങ്ങിനിവർന്ന്, ഏഴുതിരിയിട്ടു തെളിഞ്ഞു കത്തുന്ന നില വിളക്കിന്റെ നിഴലില്ലാത്ത വെളിച്ചംപോലെ. തറവാട്ടിൽ മാത്രമല്ല, നാട്ടിൽ ആദ്യമായി മെട്രിക് ജയിച്ച ഒരേ ഒരാൾ (ആണായിട്ടും പെണ്ണായിട്ടും) അക്കാലത്ത് അത് വലിയ വിദ്യാഭ്യാസമാണ്. വാദ്ധ്യാർപണി കിട്ടാൻ അത് ധാരാളം മതി. പക്ഷേ ജോലിക്ക് പോവാൻ കാരണവര് സമ്മതിച്ചില്ല. പെണ്ണുങ്ങള് നയിച്ചുകൊണ്ട ന്നിട്ട് വേണ്ട ചെലവ് നടത്താൻ എന്ന്. മരുമക്കത്തായമല്ലേ, അമ്മാ വന്റെ ആജ്ഞ അന്ത്യശാസനംതന്നെയാണ്.

തിരക്കിട്ട് ഒരു സംബന്ധം നടത്തി. ജോലി, കൂലി എന്നൊക്കെ പറഞ്ഞ് പിന്നെ ഇവിടെക്കിടന്ന് കയറ് പൊട്ടിക്കില്ലല്ലോ. കാരണവർ ആശ്വസിച്ചു. പക്ഷേ ആ ബന്ധത്തിന്റെ ചരട് അമ്മായി പൊട്ടിച്ചുകളഞ്ഞു. ഒറ്റയ്ക്ക് ജീവിച്ചോളാം, അതാ ഭേദം എന്ന് അമ്മായി തറപ്പിച്ചു പറഞ്ഞെന്നാ കേട്ടുകേൾവി.

തങ്കം തന്റെ കല്യാണക്കാലത്തിലേക്കു നടന്നു. അന്നാണ് അമ്മായി മനസ്സു തുറന്നത്.

"അതിന് അമ്മായീടെ ഭർത്താവ് സ്വജാതി ആയിരുന്നൂലോ."

"ഒരു സ്വജാതി!" അവരുടെ നെറ്റി ചുളിഞ്ഞു. അപ്പോൾ അവരുടെ മുഖത്ത് തെളിഞ്ഞുനിന്ന ഭാവം എന്തായിരുന്നു. എന്തായാലും അപ്പോഴത്തെ അവരുടെ മുഖഭാവം ഇന്നും ഞാൻ മറന്നിട്ടില്ല, മറക്കുകയുമില്ല. അന്ന് അവർ പറഞ്ഞ വാക്കുകൾ ഇന്നും കാതിൽ അലയടിക്കുന്നുണ്ട്. ഓർക്കുമ്പോൾ കാതോർത്തിരിക്കാൻ തോന്നുന്ന ഈണമായി, നീറുന്ന മനസ്സിന് സാന്ത്വനമായി.

"തങ്കം, ഇവരിങ്ങനെയൊക്കെ പറയും. ജാതീന്ന് പറയണത് ഒരുതരം ലഹരിയാണ്. എന്നും നാലുംകൂട്ടി നാലുനേരം മുറുക്കുന്നവർക്ക് ഒരു നേരം പുകയില ഇല്ലാതെ മുറുക്കാൻ കഴിയില്ല. അറിയോ നിനക്ക്? മൂന്നും കൂട്ട്യാൽ ലഹരീണ്ടാവില്ലല്ലോ അതുപോലെ തന്ന്യാ ജാതിയും. അതിന്റെ ലഹരി ഒന്നു വേറെയാണെന്നു മാത്രം.

"അതെന്താ അമ്മായീ?"

"ആഹാ... അതറിയില്ലേ നിനക്ക്? ഞാൻ കിരിയത്ത് നായരാണ് മേനോനാണ് എന്തെല്ലാം ഒരു ഞെളിച്ചിൽ? തലപ്പൊക്കം, ആഢ്യത്തം കാട്ടൽ... അത്രതന്നെ. അല്ലാണ്ട് അതിന് എന്താ ഒരുപകാരം? മൂക്കറ്റം കുടിച്ച് മത്തുപിടിക്കുമ്പോ ചിലർക്കൊക്കെ തോന്നാറില്ലേ? ഒരുതരം ഭ്രമം? ഞാനാരോ ഒക്കെയോ ആണ്. കോലോത്തെ തമ്പ്രാനാണ്, രാജാവാണ് എന്നുവരെയൊക്കെ ബുദ്ധിഭ്രമമുണ്ടാവും. നിനക്ക് സൈക്കോളജി ഒക്കെ അറിയാലോ. എന്താ അതിന് പറയാ?"

"മാനിയ എന്നു പറയും. മെഗാലോ മാനിയ." അന്ന് താൻ പൂരിപ്പിച്ചതോർത്ത് തങ്കം വെറുതെ ചിരിച്ചു.

"അതോണ്ട് തങ്കം, നിനക്ക് ഇഷ്ടമായ, അല്ല... നിന്നെ ഇഷ്ടപ്പെടുന്ന ആളെ എന്റെ മോള് കല്യാണം കഴിച്ചോ. ആ ഇഷ്ടം എന്നും നിലനിൽക്കണേ എന്ന് പ്രാർത്ഥിച്ചോളൂ. എന്റെ പ്രാർത്ഥനയും കൂടെയുണ്ടാവും. അല്ലാതെ എനിക്കെന്താ ചെയ്യാനാവാ?"

കാർത്തുവിന് എല്ലാവരേയും കാണുന്നതും കുശലം പറയുന്നതും ഒരു ജ്വരമാണ്.

"നമുക്ക് അവിടംവരെ നടക്കാം. ചിറ്റൂന് കുഴപ്പമൊന്നുമില്ലല്ലോ?"

"ഏയ്, എനിക്കും അതിഷ്ടമാണ്. വെറുതെ വഴിയരികിലെ പുല്ലും പൂവും ചെടിയും മരങ്ങളും ഒക്കെ നോക്കി നോക്കി..."

"ചിറ്റു പണ്ടും അങ്ങനെതന്നെയായിരുന്നൂലോ."

"ഇപ്പോഴും അങ്ങനെതന്നെ. അതുകൊണ്ട് വഴിയറിയില്ല കാർത്തൂ. എന്തെങ്കിലുമൊക്കെ കാഴ്ചയിൽ മയങ്ങി കാറിലിരിക്കും. ഏതുവഴി, എങ്ങോട്ടാണ് പോവുന്നതെന്നൊക്കെ പാടേ മറക്കും. നിന്റെ ചെറിയച്ഛൻ വഴക്കുകൂടുന്നത് ഈ ഒരൊറ്റ കാര്യത്തിനു മാത്രമാണ്."

സാവിത്രി അമ്മായി കിടപ്പിലാണ്.

"ഒന്നെണീറ്റ് നടക്കാൻ കൊതിയാവണൂ തങ്കം."

അവർ തങ്കത്തിന്റെ കൈ പിടിച്ച് മെല്ലെ എഴുന്നേറ്റിരുന്നു.

"പ്രത്യേകിച്ച് അസുഖം വല്ലതും?"

"ഏയ്... അങ്ങനെ ഒന്നൂല്യ. പ്രായായില്ലേ, അതിന്റെ അസ്കിത തന്നെ. മുട്ടൊന്നും മടങ്ങില്ല. വല്ലാത്ത വേദന. എല്ലുകളൊക്കെ തേഞ്ഞുപോയീന്നാ ഡോക്ടർമാര് പറയണത്. ഏതാണ്ട് കുളിച്ചു കുളിച്ച് സോപ്പ് തേയുന്നതുപോലെ, അല്ലേ കാർത്തൂ."

കാർത്തുവിന് പടപടാന്ന് പൊട്ടിച്ചിരിക്കാൻ അത്രേം ധാരാളം.

"നിയ്യ് വന്നൂലോ തങ്കം. ഒന്നു കാണാൻ കൊതിയായിരിക്ക്യാരുന്നു. നിന്റെ കാന്തനെവിടെ?"

"വന്നില്ല. ഇത്... ഈ കാർത്തു വിളിച്ചിട്ട് ഓടിവന്നതല്ലേ. ഇനി ഭാനൂന്റെ കല്യാണത്തിനു വരും. അപ്പൊ ഒരുമിച്ചു വരാം."

"ഇങ്ങടൊക്കെ വരാൻ അയാൾക്ക് ഇഷ്ടണ്ടാവില്ല അല്ലേ?"

"അങ്ങനെയൊന്നൂല്യ ന്റെ താത്രിക്കുട്ടീ."

വലിയ സ്നേഹം വരുമ്പോൾ തങ്കം സാവിത്രിയെ താത്രിയാക്കാറ് ഒരു പതിവായിരുന്നു.

"നിയ്യ് മേനി പറയണ്ട തങ്കം. എനിക്കറിയാം. അയാളെ സ്വന്തമൊരാളായി ഉൾക്കൊള്ളാൻ ഇവിടെ ആർക്കും കഴിയില്ലല്ലോ. ഇനീം അതുണ്ടാവില്ല. എന്താന്നോ? ഇപ്പൊ ജാതിഭ്രാന്ത് മുഴുത്തിരിക്ക്യാണ് എല്ലാവർക്കും."

ഭാനുവിന്റെ കല്യാണക്കാര്യം അമ്മായിയോട് സ്വകാര്യം പറഞ്ഞു.

“അവൾക്കെന്താ ഇഷ്ടംന്ന്ച്ചാ അങ്ങനെ. ഒന്നുകൊണ്ടും കുഞ്ഞിനെ വിഷമിപ്പിക്കരുത് കാർത്തൂ. വേദനിപ്പിക്ക്യേമരുത്.”

പിന്നെ സ്വരം താഴ്ത്തി പറഞ്ഞു, “ഇവിടെ മറ്റുള്ളോര് ഇപ്പൊ ഒന്നും അറിയണ്ട. ചെണ്ട കൊട്ടിപ്പാട്ടാക്കും. ഓരോന്നു കേൾക്കാൻ നോക്കിയിരിക്ക്യാ.”

“നിന്റെ മോനോ തങ്കം? ഒന്നു കാണാന് കൊതി തോന്ന്വാ. ഇങ്ങനത്തെ കുട്ടികളെ ഇക്കാലത്ത് കാണാൻ കിട്ടില്ല. ഇത്ര സ്നേഹോം ലോകവിവരോം ഈ തറവാട്ടിൽ ആർക്കുമില്ല. ഒന്നോർത്താൽ ഈ നാട്ടിലും. തങ്കക്കട്ടയാ അവൻ.”

“അവൻ വരും. അമ്മായിയെ കാണാൻ അവനും ഇഷ്ടമാണ്.”

തങ്കം അവരുടെ കാൽക്കൽ ഇത്തിരി നേരമിരുന്നു. ശുഷ്കിച്ചുണങ്ങി ഞരമ്പുകൾ എഴുന്നു നിൽക്കുന്ന കൈ നീട്ടി അവർ തലയിൽ തലോടി.

“അവനവന്റെ ജീവിതം സന്തോഷമായി ജീവിച്ചോളൂ തങ്കം. കാർത്തുവിനോടും കൂട്യാ ഞാനിത് പറയണേ. ആരേയും ഒന്നിനേയും മാറ്റാൻ നോക്കണ്ട. അങ്ങനെ മോഹിക്കുകയും വേണ്ട. കാലം തീരെ മോശമാവ്വാണ് തങ്കം. അരുത് എന്ന് നമ്മള് വിചാരിക്കണതൊക്കെ കൂടുതൽ ശക്തിയോടെ ആധിപത്യം സ്ഥാപിക്കുകയാണ്. ജാതി, മതം എല്ലാം. നമ്മളൊക്കെ തോറ്റുപോവ്വാണ് തങ്കം.”

ആ കാലിൽ നമസ്കരിച്ചു കിടക്കണമെന്നു തോന്നി തങ്കത്തിന്. തൊട്ടുവണങ്ങി എഴുന്നേറ്റപ്പോൾ തങ്കം പറഞ്ഞു, “കല്യാണത്തിനു വരാം. പിന്നെ...”

യാത്രപറയാതെ അവർ പടിയിറങ്ങി.

പറഞ്ഞറിയിക്കാനാവാത്ത ഒരു നൊമ്പരത്തിന്റെ നൂൽ ആ ഹൃദയത്തിൽനിന്ന് തന്നിലേക്ക് നീളുന്നതായും അത് തന്റെ കരളിൽ ഉടക്കിവലിക്കുന്നതായും തോന്നി. ഓർക്കുന്തോറും മുള്ളുപോലെ ഒരുടക്ക്, നീറ്റൽ.

പതിന്നാല്

ഭാനുവിന്റെ കല്യാണക്കാര്യങ്ങളിൽനിന്ന് ഒഴിഞ്ഞുനിൽക്കാനായില്ല.

"ചിറ്റൂ, നേരത്തേ വരണം ട്ടൊ. എന്തെല്ലാം കാര്യങ്ങളാ ആലോചിച്ചു തീരുമാനിക്കാൻ. അറിയാലോ എനിക്കാണെങ്കിൽ ശരിക്കും വട്ടുപിടിക്കും എന്നാ തോന്നണത്."

കാർത്തു ഇടയ്ക്കിടയ്ക്ക് വിളിച്ച് ഓർമ്മിപ്പിക്കും, "നിങ്ങളു രണ്ടാളും എല്ലാത്തിനും മുൻപന്തിയിൽതന്നെ വേണം."

"അത്... ഇലയിടുന്ന സമയത്തു പോരേ കാർത്തൂ?"

തന്റെ ചോദ്യം അവളെ കൂടുതൽ ചൊടിപ്പിച്ചു.

ഒരുപക്ഷേ തങ്ങളുടേതുപോലെ വ്യത്യസ്തമായ ഒരു കല്യാണമായതുകൊണ്ടാവുമോ അവൾ ഇത്ര നിർബന്ധിക്കുന്നതെന്ന് തോന്നാതിരുന്നില്ല.

"ഞങ്ങളൊക്കെ ആലോചിച്ചാൽ ശരിയാവില്ല കാർത്തൂ. നിയ്യ് വീട്ടുകാരുമായി ആലോചിച്ച് ചർച്ച ചെയ്തു തീരുമാനിക്കുന്നതാ നല്ലത്. പിന്നെ... ഒന്നേ പറയാനുള്ളൂ. അവൾക്ക് സന്തോഷമാവണം." ഒരു കാര്യം കൂടി ഓർമ്മിപ്പിക്കാൻ തങ്കം മറന്നില്ല. "ജാതി... അത് ഇപ്പോഴേ മറന്നേക്കണം. അതിന്റെ പേരിൽ ഒരിക്കലും ഒരു വേർതിരിവുണ്ടാവരുത്; അവരെ ഇകഴ്ത്തരുത്. കേട്ടല്ലോ? എല്ലാം മനുഷ്യർതന്നെ ഉണ്ടാക്കുന്നതാണ്."

എന്തെല്ലാമായിട്ടും കഷ്ടനഷ്ടങ്ങൾ കാർത്തുവിനുതന്നെ ആയിരുന്നു. ഏറ്റവും സ്വന്തമെന്നും പ്രിയമുള്ളവരെന്നും കരുതിയിരുന്ന എല്ലാവരും എങ്ങുമെങ്ങും തൊടാതെ ഒഴിഞ്ഞുനിന്നു. ഇത് ഞങ്ങൾക്കുള്ളതല്ല, അതിലേറെ ഇതൊന്നും നമുക്ക് ചേർന്നതല്ല എന്ന മട്ടിൽ.

മൂന്നുനാലു ദിവസം മുമ്പേതന്നെ കല്യാണത്തിനെത്തി.

ആരുമില്ല എന്ന ദുഃഖം ഭാനുവിനുണ്ടാവരുതല്ലോ. അതിനും പരസ്യമായും രഹസ്യമായും എന്തെന്തധിക്ഷേപങ്ങൾ.

"തങ്കത്തിനു പിന്നെ ജാതിയും മതവും ഒന്നും നോക്കണ്ടല്ലോ. പണ്ടേതന്നെ എല്ലാം കളഞ്ഞുകുളിച്ചതല്ലേ. അപ്പൊ എന്തായാലെന്താ."

ഓരോരുത്തരും അവനവന് ആയവിധത്തിൽ അറിയാവുന്ന ഭാഷയിൽ വികാരത്തിൽ ആക്ഷേപങ്ങൾ. അണ്ണാർക്കണ്ണനും തന്നാലായത്.

"ഒരു പ്രേമം. വല്ല നല്ല ജാതി പയ്യന്മാരേയും പ്രേമിച്ചുകൂടായിരുന്നോ? ഇന്നത്തെകാലത്ത് എല്ലാവരും അതൊക്കെ നോക്കീം കണ്ടും തന്നെയാണ് ഇഷ്ടപ്പെടുന്നത്. ഇങ്ങനെ ഒരു ബോധംകെട്ട ഏർപ്പാട് ഇവിടത്തെ പെൺകുട്ടികൾക്കല്ലേയുള്ളൂ. അതെങ്ങന്യാ. അതല്ലേ പാരമ്പര്യം. തലമുറയായിട്ട് ഒരാചാരംപോലെ. മൂത്തോര് കാണിക്കണതല്ലേ കണ്ടുപഠിക്കണത്."

എല്ലാ ആക്ഷേപങ്ങളും ഒടുവിൽ ഒഴുകിയെത്തുന്നത്, അവസാനിക്കുന്നത് തന്നിലാണ്. പുഴ കടലിലേക്കെന്നപോലെ. താനാണല്ലോ മുൻഗാമി.

സാവിത്രി അമ്മായി മാത്രം മൗനത്തിലൊളിച്ചു. ഒന്നും പറയാനാവാത്ത നിസ്സഹായത ആ കണ്ണുകളിൽ നിറയുന്നത് തങ്കത്തിന് കാണാമായിരുന്നു.

"എന്തെങ്കിലുമായിക്കോട്ടെ തങ്കം. നീയത് കണക്കാക്കണ്ട. ദൈവത്തിന് ജാതീം മതോം ഒന്നും ഇല്ലല്ലോ. അങ്ങനെ ആശ്വസിച്ചോളൂ."

ചുരുക്കം ചില ബന്ധുക്കൾ മാത്രം പങ്കുചേർന്നു. അഗ്രശാലയിൽ ഇലയിട്ടപ്പോൾ, സ്വന്തക്കാർ ഞാനൊന്നുമറിഞ്ഞില്ലേ എന്ന ഭാവത്തിൽ പുറത്തേക്കു നടന്നു.

"ഇത്തരക്കാരുടെ കൂടെ കൂടാൻ വയ്യെന്റീശ്വരാ. ഒരു തുള്ളി വെള്ളംപോലും ഇറങ്ങില്ല. എന്തൊക്കെണ്ട് എന്നു പറഞ്ഞിട്ടെന്താ. ഈന ജാതികളല്ലേ? നമുക്കിതൊന്നും ശീലമില്ലേ..."

തങ്കത്തിന് പിന്നെ ഇതൊക്കെ പണ്ടേ ശീലമായതാണല്ലോ. പരസ്യമായി ആക്ഷേപിക്കാൻപോലും ചിലർ മടിച്ചില്ല.

"അതെ. വേണ്ട." തങ്കമോർത്തു. ഏതാണ്ട് അരശതാബ്ദമായിരിക്കുന്നു. ആയുസ്സിന്റെ പകുതിയിലധികം. അവിടന്നിങ്ങോട്ട് വീട്ടിലെന്നല്ല, നാട്ടിലും ഒരു ചടങ്ങിലും താൻ പങ്കാളിയാകാറില്ലല്ലോ. ഒരാഘോഷത്തിനും തന്നെ ക്ഷണിക്കാറുമില്ല. അപൂർവ്വം

ചിലപ്പോഴൊഴിച്ച്. അപ്പോഴൊക്കെ കേവലം ക്ഷണിക്കപ്പെട്ട ഒരതിഥി മാത്രമായി ഒതുങ്ങിക്കൂടേണ്ടിവരാറാണ് പതിവ്. ആരും ഒന്നിലും തൊടീക്കാറുപോലുമില്ല. അന്ന്... കല്യാണത്തിന് കല്പിച്ച ഭ്രഷ്ട് ഇന്നും തുടർന്നുകൊണ്ടേയിരിക്കുന്നു. കാലചക്രം എതിർദിശയിലേക്കാണോ കറങ്ങുന്നതെന്നുവരെ തങ്കത്തിനു ശങ്കയായി. അതും ഒരു കണ്ണുകെട്ടിപാച്ചിൽ. ചുറ്റും നടക്കുന്നതൊന്നുമറിയാതെ. അന്ധമായ അനാചാരങ്ങളിൽ കുടുങ്ങിക്കുരുങ്ങി.

“ചിറ്റു കൂടെയുണ്ടായിരുന്നൂലോ. അതുതന്നെ വലിയ ആശ്വാസം. ഉറ്റവരും ഉടയവരും ഒക്കെ എന്നെ തള്ളിപ്പറഞ്ഞില്ലേ? അവൾക്ക് അങ്ങനെ ഒരിഷ്ടം തോന്നിയത് എന്റെ കുറ്റമാണോ? ഓർക്കുമ്പോൾ സഹിക്കാൻ കഴിയണില്ല. പിന്നെ... ഉപദേശിക്കണമെന്ന് പറഞ്ഞത് ഒന്നും ഓർത്തിട്ടല്ലട്ടോ. വേറെ ആരെയും അവൾക്കിഷ്ടമില്ല, ബഹുമാനവും. എന്നോട് പിണങ്ങല്ലേ ചിറ്റൂ.” കാർത്തു കെട്ടിപ്പിടിച്ചു കരഞ്ഞു.

പോരുമ്പോൾ സാവിത്രിഅമ്മായിയെ കാണാൻ മറന്നില്ല. ഒരു ജീവിതം. - ഒരു തുണ. രണ്ടുപേരോടുമായി അമ്മായി പറഞ്ഞു.

“മോനെ കാണണം. ഇനി... ഇനി പറ്റുമോന്നറിയില്ല.” അവർ നെടുവീർപ്പിട്ടു.

“മോനുമായിട്ടു വരാം.” പിരിയുമ്പോൾ അമ്മായിക്ക് ഉറപ്പു കൊടുത്തു.

സമ്മിശ്രമായ എന്തൊക്കെയോ വികാരങ്ങളുടെ കലർപ്പ് (അതോ ചവർപ്പോ) ആയിരുന്നു മനസ്സിൽ. വീട്ടിലെത്തിയ ഉടനെ കാർത്തുവിനെ വിളിച്ചു. അവൾക്ക് കൂടുതൽ സങ്കടങ്ങൾ ബോധിപ്പിക്കാനുണ്ടായിരുന്നതുപോലെ. ഫോൺ നിശ്ചലമായപ്പോൾ അദ്ദേഹം സൂചിപ്പിച്ചു.

“നമ്മളെ ആരും അത്ര ഗൗനിച്ചില്ല അല്ലേ തങ്കം?”

സത്യമാണെന്നറിയാമായിരുന്നിട്ടും ഒന്നുമറിയാത്തപോലെ തങ്കം ഒരു ചോദ്യചിഹ്നമെറിഞ്ഞു.

“അല്ല... ഞാൻ പറഞ്ഞൂന്നേയുള്ളൂ. ഇപ്പോഴും എല്ലാവർക്കും ഒരകൽച്ച, ഇത്തിരി കൂടിയോ എന്നാ സംശയം. നമ്മളെന്തോ കൂട്ടത്തിൽ കൂട്ടാൻ കൊള്ളാത്തവരാണെന്ന ഒരു മട്ടില്ലേ? ആ... എനിക്ക് തോന്നിയതാവാം.” അദ്ദേഹം സമാധാനിക്കാൻ ശ്രമിച്ചു.

തനിക്കും അത് നന്നായറിയാം. പലരുടെയും വാക്കിലും നോക്കിലും മുള്ളും മുനയും താൻ അനുഭവിച്ചതാണല്ലോ.

“അതൊന്നും ഇനി ഓർക്കണ്ട. ഞാൻ ഒരു ചായ കൊണ്ടുവരാം.” അവർ അടുക്കളയിലേക്കു നടന്നു.

ചായയുമായി അടുത്തടുത്തിരുന്നു, ഒന്നുമൊന്നും മിണ്ടാതെ. മൗനത്തിന് കനംവെയ്ക്കുന്നുവോ എന്നു തോന്നി തങ്കത്തിന്. അത് ഈറനാവുകയാണോ? തുളുമ്പിപ്പെയ്യുന്നതിനു മുമ്പ് അവർ വിഷയം മാറ്റി.

“നമുക്കെവിടെയെങ്കിലും ഒന്നു മാറിനിന്നാലോന്ന് തോന്നി പ്പോകാ.” തങ്കം മൗനം ഭഞ്ജിച്ചു.

“അതിന്... നമ്മളിപ്പൊ വന്നുകയറിയതല്ലേയുള്ളൂ.” അയാൾ ചിരി ക്കാൻ ശ്രമിച്ചു.

“അതല്ല...” അവർ ഈ പ്രായത്തിലും അല്പം തരളയായി.

“വേറെ എവിടേക്കെങ്കിലും പോവാം. മനസ്സ് ഒന്നുണർന്നാലോ. എനിക്കാകെ എന്തോ ഒരു വൈക്ലബ്യം.”

തങ്കം ഓർമ്മകളെ വഴിതിരിച്ചുവിടാൻ ശ്രമിച്ചു.

“നമ്മള് പണ്ട് ബോംബേല് പോയതോർക്കണില്ലേ? അവിടെ ഒരു വല്യ ഗേറ്റിനു മുമ്പിൽ വെച്ച് പ്രാവുകൾക്ക് തീറ്റി കൊടുത്തത്. എത്ര പ്രാവുകളാ അല്ലേ?”

“അയ്യടാ. വല്യ ഗേറ്റ് പോലും. എന്റെ പൊന്നേ, ഇതൊക്കെ ആരെങ്കിലും കേട്ടാൻ തനിക്കൊരു വിവരവുമില്ലാത്ത ബുദ്ദൂസാ ണെന്നു തോന്നും തങ്കം.” അയാൾ ചിരിച്ചു.

“പക്ഷേ, ആ നഗരം എനിക്കിഷ്ടായില്യാട്ടൊ.”

“അതെന്താ? എല്ലാവരും അവിടെ പാർക്കാനാണ് ആർത്തിപിടി ക്കുന്നത്. ഒരിക്കൽ അവിടെ പോയവരാരും തിരിച്ചുവരാനിഷ്ട പ്പെടാറില്ല തങ്കം. എന്തേ തനിക്കു മാത്രം?”

“എവിടെ നോക്കിയാലും അംബരചുംബികളായ കെട്ടിടങ്ങൾ. കൊട്ടാരസദൃശങ്ങളായ രമ്യഹർമ്മ്യങ്ങൾ. പക്ഷേ...”

“എന്താ ഒരുപക്ഷേ... അതൊക്കെത്തന്നെയാണ് അവിടത്തെ വിശേഷങ്ങൾ.”

“അതെയതെ. അവിടന്ന് ഒന്ന് കാലു നിലത്തുകുത്താൻ പറ്റ്വോ? മൾട്ടിലെവൽ പാർക്കിങ്ങിൽ വെച്ച് ആഡംബരകാറുകളിൽ കയറി, നിലം തൊടാതെ യാത്ര ചെയ്യണം. അല്ലെങ്കിൽ... താഴെ... എത്ര യെത്ര ചേരികളാണ്. അരവയർ നിറയ്ക്കാൻ കഷ്ടപ്പെടുന്ന ഒരു കൂട്ടം പാവങ്ങൾ. പ്രാഥമികാവശ്യങ്ങൾപോലും അവർക്ക് നിഷേധി ക്കപ്പെടുകയല്ലേ? എനിക്കു വയ്യ അതൊക്കെ കാണാൻ.”

"അന്ന് നമ്മൾ താമസിച്ച ഹോട്ടൽ. അത് തനിക്കിഷ്ടമായില്ലേ?"

"അതൊക്കെ കൊള്ളാം. എന്നാലും... അത്രേം വേണോ? എത്രയോ പേർ ദാരിദ്ര്യത്തിലും രോഗത്തിലും കഷ്ടപ്പെട്ട് തൊട്ടു താഴെത്തന്നെ നരകിക്കുമ്പോൾ നമ്മൾ ഇത്ര സൗകര്യത്തിൽ, ഉയരങ്ങളിൽ... എന്തോ. എനിക്കതൊന്നും മനസ്സിനിണങ്ങുന്നില്ല."

"ഇനി എവിടെയാണ് തനിക്ക് പോകേണ്ടത്?"

"ഇന്നയിടത്ത് എന്നില്ല. നമുക്കെവിടെയെങ്കിലുമൊക്കെ ഒന്നു കറങ്ങാം. പല ഗ്രാമങ്ങൾ, അവിടത്തെ സാധാരണക്കാർ, അവരുടെ സംസ്കാരം, പ്രശ്നങ്ങൾ... അങ്ങനെ ഓരോന്നും തൊട്ടറിഞ്ഞ്..."

"ഓ.. തന്റെ ഈ വട്ട് എന്നെങ്കിലും മാറ്വോ തങ്കം?"

"ദാ... ഇപ്പൊ ചായ കുടിക്ക്. അത് ആറിത്തണുത്തിട്ടുണ്ടാവും. നമുക്ക് പിന്നെ ആലോചിക്കാം." അയാൾ സരസമായി ചിരിച്ചു.

"അമ്മായി പറഞ്ഞതോർമ്മയുണ്ടല്ലോ. മോനുമായിട്ട് അവരെ കാണാൻ പോണം." തങ്കം ഓർമ്മിപ്പിച്ചു.

"അയാളൊന്നു വന്നോട്ടെ തങ്കം. അപ്പൊ പുവ്വാം."

"ആ... ഐഡിയ." അയാൾ ചിരിച്ചു. "തങ്കം, എനിക്കൊരു കാര്യം തോന്നുന്നു."

"എന്താ?"

"താനല്ലേ പറയാറ്. നാട്ടിൽ കുറച്ചു ദിവസം തങ്ങണം. എല്ലാവരേയും കാണണം. പഴയതൊക്കെ മറന്ന്, ബന്ധങ്ങളൊക്കെ പുതുക്കി, ഇത്തിരി ദിവസം ആസ്വദിക്കണം എന്നൊക്കെ."

"മോഹമുണ്ട്. പക്ഷേ... അവിടെ നമുക്ക് തോന്നുന്ന അടുപ്പം, ആതുരത... ഒന്നും മറ്റാർക്കുമുണ്ടാവില്ല. നമ്മൾ കണ്ടതല്ലേ?" തങ്കം മനസ്താപപ്പെട്ടു.

"അതൊന്നും സാരമില്ല. നമുക്ക് കുറച്ചു ദിവസം മുമ്പേ പോവാം. മോൻ അങ്ങോട്ടെത്തിക്കോളും. അമ്മായീന്നുവെച്ചാ അയാൾക്ക് ജീവനാ. എന്തായാലും കാണാണ്ട് പോവില്ല."

തന്റെ മോഹത്തിനാണ് അവിടെ വീടുവെച്ചത്. അദ്ദേഹത്തിനും അതിഷ്ടമായിരുന്നു. വല്ലപ്പോഴും ഒരു ഇളവേൽക്കൽ. ആ വീടിന്റെ വരാന്തയിലിരിക്കാൻ. നോക്കെത്താ ദൂരത്തോളം ഹരിതഭംഗി. വൃക്ഷനിബിഡമായ പറമ്പുകൾ. കിളികളും പൂക്കളും പൂമ്പാറ്റകളും കളി പറഞ്ഞ് ഒളിച്ചുകളിക്കുന്ന ഗ്രാമം.

"അവിടെ അങ്ങനെയിരിക്കാൻ എനിക്കും ഇഷ്ടമാണ് തങ്കം." അയാൾ സ്വകാര്യം പറഞ്ഞു.

അവാച്യമായ ഒരാനന്ദം. സാന്ത്വനം. പക്ഷേ അവിടെയും തങ്ങൾ ഒറ്റയ്ക്കാവുമെന്ന ദുഃഖം തങ്കത്തിനെ അലോസരപ്പെടുത്തി.

“അതൊന്നും ഓർത്ത് വിഷമിക്കണ്ട. നമുക്ക് സന്തോഷം തരുന്ന കാര്യങ്ങൾ. അത്രതന്നെ. അതുമതി.”

ഈ പറയുന്നതൊന്നും അയാൾക്കു വേണ്ടിയല്ലെന്ന് അപ്പോഴേ അവർ ഊഹിച്ചു. അതും തനിക്കുവേണ്ടി മാത്രം. ഒരിക്കലും ഒഴിപ്പിക്കാനാവാത്ത ബാധപോലെ തന്റെ ഗൃഹാതുരത്വമോർത്തു മാത്രം.

“അവിടെ, അവിടെയിരുന്നാ ബോറടിക്കും. എനിക്ക് എന്തെങ്കിലുമൊക്കെ പണീണ്ടാവും. പക്ഷേ...” അവൾ അയാളുടെ കണ്ണുകളിൽ തന്നെ നോക്കിയിരുന്നു. “അവിടെ ഒറ്റയ്ക്കായിപ്പോവില്ലേ? പരിചയക്കാരും കൂട്ടുകാരും ആരുമില്ലാതെ... ഒരു ദിവസത്തെ കാര്യമാണെങ്കിൽ പോട്ടേന്നു വെയ്ക്കാം. ഇത് അതല്ലല്ലോ. ഏതാണ്ട് ഒരാഴ്ചയോളം. മോനെത്തുന്നതുവരെ വേണ്ടേ?”

“അതൊക്കെ പരിചയമാവും. എല്ലാം അങ്ങനെയല്ലേ? താൻ എത്രയോ കാലമായി വല്ലാതെ മോഹിക്കണതല്ലേ? എനിക്കറിയാം. അതിനിയും സാധിച്ചുതരാൻ കഴിഞ്ഞില്ലെങ്കിൽ...” അയാൾ വികാരാധീനനായി.

“എന്താദ്? എനിക്കെന്താ സാധിച്ചുതരാത്തത്? ഇങ്ങനെ ഒരാളില്ലെങ്കിൽ ഞാനെന്താവുമായിരുന്നൂന്ന് എനിക്കുതന്നെ നിശ്ചയമില്ല. ഒന്നുമാവാതെ, ആരുമാവാതെ പാഴായിപ്പോയേനേ ഈ ജന്മം.”

നിറഞ്ഞു തുളുമ്പിയ കണ്ണുകൾ അയാളുടെ നെറ്റിയിൽ ചേർത്ത് അവർ ഒരു നിമിഷം നിന്നു.

“സത്യം പറയാലോ തങ്കം. തനിക്കുവേണ്ടിയാണെങ്കിലും എനിക്കും അവിടെ ഒത്തിരി ഇഷ്ടമാണ്.”

അയാൾ ചുണ്ടുകൾ അവരുടെ കാതോടു ചേർത്തു.

പതിനഞ്ച്

ശാന്തേടത്തി പറമ്പിലെന്തോ പണിയിൽ മുഴുകിയിരിക്കുകയാണ്. ഉച്ചത്തിൽ നാമം ജപിക്കുന്നുമുണ്ട്. തന്റെ സാന്നിധ്യം അറിഞ്ഞി ല്ലെന്നു തോന്നി. അറിയിച്ചുമില്ല. പണി നടന്നോട്ടെ.

ശബ്ദമുണ്ടാക്കാതെ മാറി നിന്നു. പണ്ട് ത്രിസന്ധ്യകളിൽ ഒന്നി ച്ചിരുന്ന് ചൊല്ലാറുണ്ടായിരുന്ന നാമം തന്നെ. ചിലതൊക്കെ ഓർമ്മ യിൽ തെളിഞ്ഞു. പലതും മറന്നിരിക്കുന്നു. പണി കഴിയുന്നതുവരെ കാത്തുനിന്നു.

"അല്ലാ, തങ്കം, നിയ്യ് വന്നിട്ട്... ഒന്നു വിളിക്കായിരുന്നില്ലേ? ഞാനാ ണെങ്കിൽ കണ്ടൂല്യ. ഈ പണീടെടയ്ക്ക് നാമം ജപിക്കല് ഒരു ശീലാ യിരിക്ക്യാ. മറ്റൊന്നും ഓർക്കണ്ടല്ലോ."

ഏടത്തി അകത്തേക്കു നടന്നു. ഒപ്പം താനും. വെറുതെ അതു മിതും പറഞ്ഞിരുന്നു. പെട്ടെന്ന് ഏടത്തിയുടെ മുഖം മ്ലാനമായി. സ്വരത്തിന് ഒരിടർച്ച. വിഷാദം മുറ്റിനിന്നു.

"ഒരാളും വരാറില്ല തങ്കം. വല്ലപ്പോഴും ഒന്നു കയറിയിറങ്ങി പ്പോണത് നിയ്യ് മാത്രം. ഒന്നും കെട്ടിക്കോരി കൊണ്ടരണ്ട. അത്രയ്ക്ക് ബുദ്ധിമുട്ടൊന്നും ഇല്യേനും. എന്നുവെച്ചിട്ട് ആരും വരണ്ടാന്നല്ലല്ലോ. ഒന്നു കണ്ടു പോവാലോ. പറഞ്ഞിട്ടെന്താ. ഈ ബന്ധം, സ്വന്തം എന്നൊക്കെ പറയണത് വെറുതെ. ഒരു സമയം കഴിഞ്ഞാ ഒന്വല്ലാണ്ടാവും. അതാ ഇപ്പൊ..."

"വരണം, കാണണം എന്നൊന്നും ഇല്യാഞ്ഞിട്ടല്ല ഏടത്തീ. ജോലി, പ്രാരബ്ധം..."

"പരാതി പറയാൻ യോഗ്യതയില്ലാന്ന് അറിയാം. എന്നാലും..."

"എപ്പോഴും ഇറങ്ങിത്തിരിക്കാൻ പറ്റാറില്ല. ഏറെ മോഹിച്ചിട്ടാണ് ഇപ്പോൾ, ഇങ്ങനെ."

“പരിഭവമൊന്നുമില്ല തങ്കം. ഇടയ്ക്ക് ഒന്നു കണ്ടാൽ കൊള്ളാമെന്നു തോന്നും. കൂടപ്പിറപ്പായിപ്പോയില്ലേ.”

അതെ, തങ്കം ആലോചനയിൽ മുഴുകി. അവർ മാത്രമാണ് ശേഷിച്ചിരിക്കുന്നത്. ബാക്കിയുള്ളതെല്ലാം അടുത്ത തലമുറ. ഓരോ കണ്ണിയും അകന്നകന്നു പോയതുപോലെ. അതിൽ അത്ഭുതപ്പെടാനില്ല. തെറ്റു പറയാനും വയ്യ. ജനിതകമാറ്റം. അത് അനുസ്യൂതം നടന്നുകൊണ്ടിരിക്കുന്ന ഒരു പ്രക്രിയയാണല്ലോ. ഓരോ പുതിയ ബന്ധങ്ങൾ. പുതിയ ജീനുകൾ. പാരമ്പര്യങ്ങൾ, പ്രകൃതങ്ങൾ. രഴയത് കുറഞ്ഞും പുതിയത് ഏറിയും നിൽക്കുന്നത് തികച്ചും സ്വാഭാവികം മാത്രം. പിന്നെ എല്ലാം ഒരു വ്യവസ്ഥിതിയുടെ പേരിൽ മാത്രം നിലനിൽക്കുന്ന ബന്ധങ്ങൾ. ഇന്നാരിന്റെ ഇന്നയാൾ, പിന്നേയും അതിൽനിന്ന് ശാഖകളായി പിരിഞ്ഞ്... അപ്പോൾ ആര് ആർക്കാണ് സ്വന്തം? ഒന്നുകിൽ ലോകമേ തറവാട്, അല്ലെങ്കിൽ ഓരോരോ ചെറിയ ഒറ്റപ്പെട്ട തുരുത്തുകൾ മാത്രം.

വീട്ടുകാര്യങ്ങൾ, നാട്ടുവാർത്തകൾ... അങ്ങനെ പലതും സംസാരവിഷയമായി. ഇടയ്ക്കിടയ്ക്ക് ഏടത്തി കഴിഞ്ഞ കാലങ്ങളിൽ തപ്പിത്തടയുന്നതായി തങ്കത്തിനു തോന്നി. അത് തനിക്കു മനസ്സിലാവാതിരിക്കുമോ? ഏടത്തി സഞ്ചരിക്കുന്ന വഴികളിൽ തന്റേയും കാല്പാടുകളുണ്ടല്ലോ.

“ഏടത്തി എന്താപ്പൊ ആലോചിക്കണേന്ന് ഞാൻ പറയട്ടെ?”

തങ്കത്തിന്റെ ചോദ്യത്തിന് മറുപടിയെന്നോണം അവർ തുടർന്നു.

“ഞാനിപ്പൊ രാജൂനെക്കുറിച്ച് ഓർമ്മിക്കുകയായിരുന്നു. എന്നാലും എന്റെ തങ്കം, ഇത്രേം വേഗം അവൻ നമ്മളെയൊക്കെ വിട്ടുപോവുംന്ന് ആരെങ്കിലും നിരീച്ചോ? നമ്മടെ കുട്ടിയായിരുന്നില്ലേ. എന്താന്റെ കുട്ടിക്ക് സംഭവിച്ചത്. ഇത്രേംകാലം കഴിഞ്ഞിട്ടും ആലോചിച്ചാൽ ഒരെത്തുംപിടിയും കിട്ടണില്ലല്ലോ ഈശ്വരാ. ഇന്നും അതോർക്കുമ്പോൾ നെഞ്ചു പിടയ്ക്കാണ്.”

“അല്ലറ ചില്ലറ പ്രശ്നങ്ങളൊക്കെ എല്ലാവരുടെ ജീവിതത്തിലും കാണില്ലേ?”

“അതുതന്നെയാ ഞാനും പറയണേ. നമുക്കറിയാത്ത എന്തെങ്കിലും...”

“കുറച്ചു കാലമായി ഒരു മൗനവും മ്ലാനതയുമൊക്കെ ഉണ്ടായിരുന്നൂന്ന് കേട്ടിട്ടുണ്ട്. അവന് തീരെ മനോബലമില്ലാത്ത കുട്ടിയായിരുന്നു. എല്ലാവരോടും സ്നേഹവും വിശ്വാസവും മാത്രം. ആരെങ്കിലും പറ്റിച്ചിട്ടുണ്ടാവുമോ ഏടത്തീ?”

“ഏതൊക്കെയോ ആൾദൈവങ്ങളും ഉപദേശകരുമൊക്കെ അവനെ ചുറ്റിപ്പറ്റി നടന്നിട്ടുണ്ട്. അതിനെയൊക്കെ മറികടക്കാൻ കഴിഞ്ഞിട്ടുണ്ടാവില്ല. പാവം!”

“അങ്ങനെയാവാം. അവരുടെയൊക്കെ കൈയിൽപ്പെട്ടാൽ ഊരിപ്പോരാൻ പാടാണ്. അങ്ങനെയുള്ളവരെയാണല്ലോ അവർ പെടുത്തുന്നതും.”

“എന്തായാലും ഓർക്കാൻ വയ്യാട്ടൊ.” ഏടത്തി വിതുമ്പി.

പിന്നെ കുറച്ചുകൂടി അടുത്തിരുന്നു. സ്വകാര്യമായി പറഞ്ഞു, “വല്ല മാനസികപ്രശ്നങ്ങളുമാവോ? നേരിട്ട് ബന്ധമില്ലെങ്കിലും കുടുംബത്തിൽ ചിലർക്കൊക്കെ ഉണ്ടായിരുന്നൂലോ. ശ്രീധരേട്ടന്റെ കാര്യം നിനക്കറിയാലോ. പന്നെ ഒരു പരശുമാമ. നീ ഓർമ്മിക്കണുണ്ടോന്നറിയില്ല. എന്തായാലും വല്ലാത്ത കർമ്മംതന്നെ.”

ഏടത്തി നെടുവീർപ്പിട്ടു. ഈശ്വരനെ ഈണത്തിൽ നീട്ടിവിളിച്ചു.

“അവൻ പോയേപ്പിന്നെ ആ ചോരയിൽ ഒരുത്തനും ഇങ്ങട് കടന്നിട്ടില്ല. എല്ലാം വിധിയാണെന്ന് ആശ്വസിക്കാം. അത്രതന്നെ.”

“അതെ. ഒന്നും കൂടുതൽ ആലോചിക്കണ്ട. ഓരോന്നും മറക്കുന്നതാണ് നല്ലത്. ഇല്ലെങ്കിൽ ജീവിക്കാനാവില്ല. മറ്റു പലതുമെന്നപോലെ ഇതും നമുക്ക് മറക്കാം.”

“ഓർമ്മകളെയും ഓരോരുത്തരുടെ കുഴിമാടങ്ങളിലാക്കി സംസ്കരിച്ചാൽ മതിയായിരുന്നൂന്ന് തോന്ന്വാ തങ്കം.”

“അതിന് ഓർമ്മകൾക്ക് മരണമില്ലല്ലോ ഏടത്തീ.”

“നിയ്യ് എന്തൊക്കെ പറഞ്ഞാലും രാജുവിന്റെ കാര്യം എനിക്കങ്ങട് വെള്ളം തൊടാതെ വിഴുങ്ങാൻ കഴിയണില്ല തങ്കം. നിനക്കറിയ്യോ എന്തൊക്കെയോ ചുറ്റിത്തിരിച്ചലുകള്. ജോത്സ്യം, മന്ത്രം, തന്ത്രം, എന്തോ... അതിനപ്പുറം ജീവിച്ചിട്ടില്ല്യാന്നുവേണം പറയാൻ. പണ്ടത്തെ മഹർഷിമാരെപ്പോലെ ത്രികാലജ്ഞാനികളൊന്നും ഇന്നില്ലല്ലോ. ജീവിക്കാൻ വേണ്ടി ഓരോരോ വേഷം അത്രതന്നെ. നമ്മുടെ ജീവിതം അങ്ങനെയുള്ളവരുടെയൊക്കെ കൈയില് വെച്ചുകൊടുക്കാൻ പറ്റ്വോ? അല്പങ്കിലും സുബോധമുള്ള ആരെങ്കിലും ചെയ്യണ ഏർപ്പാടാണോ? എന്തായാലും ബന്ധം വേരറ്റുപോയി, അതോർക്കുമ്പോഴാ കൂടുതലും വിഷമം.”

പോകുന്നതെല്ലാം പോട്ടേന്ന് വെയ്ക്കണം എന്നു പറയാനാണ് തോന്നിയത്. എങ്ങനെ പറയും? തന്റെ മനസ്സലിവില്ലായ്മയാണെന്നേ ഏടത്തി കരുതൂ. അതോർത്ത് തങ്കം മൗനം പാലിച്ചു.

“അല്ലാ... ഒരു കാപ്പി... വർത്തമാനത്തിനിടയിൽ എല്ലാം മറന്നു. ഈയിടെ, അല്ലെങ്കിലും മറവി ഇത്തിരി കൂടുതലാ. ഇനീപ്പൊ അങ്ങനത്തെ വല്ല സൂക്കേടുമാണോന്നാ പേടി.”

“വേണ്ട ഏടത്തീ. ഒന്നും രണ്ടുമല്ല കുറച്ചധികം കാപ്പി കുടിച്ചിരിക്കുന്നു ഇന്ന്. അല്ലെങ്കിൽതന്നെ ഉറക്കം വരില്ല. രാത്രി പകലാക്കുകയാണിപ്പോൾ.”

ഒരാവലാതികൂടി പങ്കുവെക്കാൻ ഏടത്തി മറന്നില്ല.

“മുകുന്ദേട്ടന്റെ കാര്യാണ്. അവസാനനാളുകൾ ഇവിടെ ആയിരുന്നൂന്ന് നിനക്കുമറിയാലോ. സ്വന്തം വീട്ടിൽനിന്ന് കൈക്കിലകൂടാതെയാണ് പടിയിറങ്ങിയത് എന്നിട്ടും. ആ താവഴിയിലും ബന്ധങ്ങളില്ല; ബന്ധുക്കളും. അങ്ങോട്ട് ചെന്ന് അന്വേഷിക്കാൻ പറ്റിയ പ്രായമാണോ എനിക്ക്?”

“ഇതൊന്നും നിയ്യത്ര കാര്യാക്കണ്ട. ആരോടെങ്കിലും മനസ്സു തുറക്കുമ്പോ ആല്പം ആശ്വാസം. അതോണ്ട് പറഞ്ഞൂന്നേയുള്ളൂ.” ഏടത്തി കൂട്ടിച്ചേർത്തു.

കാര്യവും കാര്യക്കേടും. തിരിയെ പോരുമ്പോൾ തങ്കം തിരിച്ചും മറിച്ചും ആലോചിച്ചു. എന്തായാലെന്താ. എല്ലാം തനിക്കൊരുപോലെയാണിപ്പോൾ. മനസ്സ് നിറയെ ശൂന്യത മാത്രം.

ശാന്തേടത്തിയുടെ ഉറക്കെയുള്ള നാമജപം പതുക്കെ പതുക്കെ അന്തരീക്ഷത്തിലലിഞ്ഞകന്നു.

പതിനാറ്

കരപ്രമാണിമാരെല്ലാം ചേർന്നുണ്ടാക്കിയ ക്ഷേത്രസമിതിയാണ് ഇപ്പോൾ അമ്പലത്തിന്റെ ഭരണം. തട്ടകത്തിന്റെ ജന്മിയായ ഇല്ല ക്കാർക്കായിരുന്നു ഊരാണ്മ. കാലപ്പോക്കിൽ ഊരാണ്മയ്ക്ക് പോരായ്മകളേറി. "ആരു നടത്തീന്നുച്ചാലും വിരോധല്യ. തേവർക്ക് ഒരു കുറവുംണ്ടാവരുത്." അധികാരം കൈമാറുമ്പോൾ ഊരാണ്മ യ്ക്ക് അതേ പറയാനുണ്ടായിരുന്നുള്ളൂ.

പുതിയ ഭരണത്തിൻകീഴിൽ അമ്പലത്തിന് പേരും പെരുമയു മായി. ഉത്സവങ്ങളും ആഘോഷങ്ങളുമേറി. നാടും വീടും വിട്ട് പര ദേശിയായതുകൊണ്ട് എല്ലാം വളരെ വൈകിയാണ് താനറിയുന്നത്. ഏറെക്കാലംകൂടി നാട്ടിലെത്തുമ്പോൾ.

ഉത്സവക്കാലത്താണ് കാർത്തു നാട്ടിലെത്തുന്നത്. ഒരാഴ്ചയോളം നീണ്ടുനിൽക്കുന്ന ആഘോഷങ്ങളും ആചാരാനുഷ്ഠാനങ്ങളും. അവൾക്കാണെങ്കിൽ ഇതൊക്കെ വല്ലാത്ത കമ്പം തന്നെയാണ്. പ്രഭാതം മുതൽ പാതിരവരെ അമ്പലത്തിൽ കറങ്ങും. മൂന്നുനേരവും പ്രസാദഊട്ടും പൂജയും വഴിപാടുമായി. രാത്രിയായാൽ കലാപരി പാടികളുടെ മേളമാണ്. ഈ അടുത്തകാലത്തായി ഇതിനൊക്കെ പുറമെ മെഡിക്കൽ ക്യാമ്പുകളും ശാസ്ത്രസാഹിത്യ സമ്മേളന ങ്ങളും സദസ്സുകളും എല്ലാം അരങ്ങു തകർക്കുന്നു. ഒന്നോ രണ്ടോ ദിവസം താനും അവളുടെ കൂടെ കൂടാറുള്ളത് തങ്കമോർത്തു. അമ്പല ത്തിൽ തൊഴുതു പോരും. അത്രതന്നെ. മറ്റു പരിപാടികൾക്കൊന്നും നിൽക്കാറില്ല.

ഇത്തവണ മെഡിക്കൽ ക്യാമ്പിന്റെ കൂടെ ഒരു ക്ലാസും കൂടിയാ യാലോന്ന് കമ്മിറ്റിക്കാർക്ക് ഒരാലോചന. ഭരണസമിതിയുടെ അധി കാരസ്ഥാനീയനായ ബന്ധു സൂചിപ്പിച്ചു.

"പറ്റിയ ഒരു ഡോക്ടറു വേണമല്ലോ കാർത്തൂ."

"അതിന് നിങ്ങള് വേറെ ആളെ അന്വേഷിക്കണതെന്തിനാ? വല്യ ഡോക്ടറ് ഇവിടെത്തന്നെയില്ലേ. ദേ, ചിറ്റുവല്ലേ ഉള്ളത്."

“അ... അത് ഞാനങ്ങ് മറന്നുപോയി.”

അയാൾ പോയി. എല്ലാവരോടും ഒന്നാലോചിക്കട്ടെ.

ഞാൻ തിരിച്ചു പോരുന്നതുവരെ ഒന്നും നടന്നില്ല. അന്വേഷിച്ചു പോയ കാർത്തുവിന്റെ മുഖത്ത് പ്രസരിപ്പ് നഷ്ടമായിരുന്നു.

“എന്താ കാർത്തൂ, നിയ്യൊരു മാതിരി മരോട്ടിക്കാ തിന്ന കാക്കയെപ്പോലെ.”

“ഇപ്പൊ അങ്ങനെ ഒരു പരിപാടി നടത്തണില്ല എന്നു തീരുമാനിച്ചൂന്ന്. ആ സമയത്ത് ഒരു നമ്പൂരീടെ ഗീതാവ്യാഖ്യാനമുണ്ടത്രേ.”

“നന്നായി അമ്പലമാവുമ്പോൾ അതുതന്ന്യാ വേണ്ടതും.”

“ചിറ്റു വരണില്ലേ കേൾക്കാൻ?”

“ഇല്ല. ഈ വീട്ടിലിരുന്നാലും അതു കേൾക്കാലോ. അതുമല്ല ആരുടെയും കുശലവും പരദൂഷണവും കേൾക്കുകയും വേണ്ട. തൊഴുതു നിൽക്കുമ്പോഴായിരിക്കും ആരെങ്കിലും വിശേഷമറിയാൻ അടുത്തുകൂടുന്നത്. മിണ്ടാതിരുന്നാൽ വലിയ വിചാരണയ്ക്കിടയാവും. ഒടുവിൽ ഞാൻ പോണൂ എന്റെ തേവരേ എന്ന് എങ്ങനെയെങ്കിലും തടിതപ്പേണ്ട ഗതികേടാണ്.”

ഉച്ചഭാഷിണിയിലൂടെ ഉച്ചസ്ഥായിയിലെത്തിയിരിക്കുന്നു ഭാഗവതോത്തമനായ പ്രഭാഷകന്റെ സ്വരം. ‘ചാതുർവർണ്യം മയാ സൃഷ്ടം.’ ജാതിയും അതിന്റെ തരംതിരിവുകളുമൊക്കെ സൃഷ്ടിച്ചത് ഈശ്വരനാണത്രെ. മനുഷ്യൻ അതനുസരിക്ക്യേ വേണ്ടൂ. തങ്കം തന്റെ കാത് ഉച്ചഭാഷിണിയിലേക്ക് തിരിച്ചുവെച്ചു.

“ഏറ്റവും ശ്രേഷ്ഠമായ ജാതിയേത്, ഏത് തള്ളണം, ഏത് കൊള്ളണം എല്ലാം ഈശ്വരൻതന്നെ നിശ്ചയിച്ചുതന്നിട്ടുണ്ടത്രെ. എന്നിട്ടും എന്തൊക്കെയാ നമ്മൾ കാണുന്നതും കേൾക്കുന്നതും. ആർക്കും ഒരു കൂസലൂല്യ. എല്ലാവരും കൂടിക്കലർന്നും കൂട്ടിത്തൊട്ടും അമ്പലത്തില് വരെ വിലസണതു കാണുമ്പോ...”

അദ്ദേഹം അറിയാവുന്ന ഈശ്വരന്മാരെയെല്ലാം ഉറക്കെ വിളിച്ചു.

പ്രഭാഷണം കേട്ട് മടങ്ങിവന്ന കാർത്തു, പിന്നീട് മുഴുവൻ നേരവും സംസാരിച്ചത് ചാതുർവർണ്യത്തെക്കുറിച്ചാണ്. ഞാൻ മൗനം കാത്തു.

“ചിറ്റൂന്റെ പ്രസംഗം ഇനി വേറെ ഒരു ദിവസം നടത്തുമായിരിക്കും. ഇന്ന് ഗീതാവ്യാഖ്യാനമായതുകൊണ്ടാവാം.”

“അതെ, അതുതന്നെ. വല്യ പേരുകേട്ട ബ്രാഹ്മണപണ്ഡിതനല്ലേ. അല്ലാതെ അവരുടെ ഭാഷയിൽ മാർക്കം കൂടിയ നായരല്ലല്ലോ.” നാവിൻതുമ്പിൽ തുളുമ്പിയ ഉത്തരം ആരുമറിയാതെ വിഴുങ്ങേണ്ടിവന്നു. കാർത്തു പിന്നേയും ജാതിമാഹാത്മ്യം വിവരിച്ചുകൊണ്ടിരുന്നു.

തന്റെ മനസ്സ് മറ്റെവിടെയോ വ്യാപരിക്കുകയായിരുന്നല്ലോ. ഗീതാ വ്യാഖ്യാനം തേടി, സംശയങ്ങൾക്ക് മറുപടി തേടി. 'ഭഗവാൻ അങ്ങനെ പറഞ്ഞിട്ടുണ്ടാവുമോ? ഉണ്ടാവാനിടയില്ല. ദൈവനിവേശിതങ്ങൾ കേട്ടെഴുതിയ പണ്ഡിതന്മാർ ചേർത്തുവെച്ച കാര്യങ്ങളായിക്കൂടേ? ദൈവത്തിന് എന്തിനാണ് ജാതി? ആഹാരനീഹാരാദികളില്ലാത്ത നിർഗുണനായ പൂർണ്ണപുരുഷന് ജാതിയുണ്ടാവുമോ? ആ ചൈതന്യത്തിന് രൂപവും ഭാവവും കല്പിച്ചു നൽകുന്നത് മനുഷ്യനല്ലേ? ദൈവത്തിന് ജാതിതിരിച്ചുകൊടുത്തത് മനുഷ്യനാണല്ലോ.'

"ചിറ്റു വല്യ ആലോചനയിലാണല്ലോ."

അവളുടെ സ്വരം തന്നെയുണർത്തി.

"കാർത്തൂ, നിനക്കറിയ്യോ? ചാതുർവർണ്യം ഏതൊക്കെയാണെന്ന്? നാലു ജാതിയിലായിട്ടാണത്രെ മനുഷ്യനെ ദൈവം സൃഷ്ടിച്ചത്."

"അതങ്ങനെത്തന്നെയാണല്ലോ." കാർത്തുവിന്റെ മറുപടി. "നമ്മള് എന്നും കാണണതല്ലേ ചിറ്റൂ."

"എന്നും ഒരേ കാര്യം കാണുന്നതുകൊണ്ട് ഒരു ഭാവഭേദവും തോന്നില്ല. ഞാനും ഗീത വായിച്ചിട്ടുണ്ട്, പാണ്ഡിത്യം പോരാന്നുണ്ടെങ്കിലും. ഭഗവാന്റെ മുഖത്തുനിന്ന് ബ്രാഹ്മണൻ, മാറിൽ ക്ഷത്രിയൻ, തുടയിൽ വൈശ്യൻ. ഒടുവിൽ പാദങ്ങളിൽ ശൂദ്രൻ. ആകെ നാലു ജാതികൾ. അതിൽ ദൈവം ഏതു ജാതിക്കാരനാണെന്ന് നിനക്ക് വല്ല ഊഹവുമുണ്ടോ?"

"ബ്രാഹ്മണൻ. അതിനെന്താ ഇത്ര സംശയം? കൃഷ്ണനും ഗുരുവായൂരപ്പനുമൊക്കെ പൂണൂലുണ്ടല്ലോ."

"അല്ല കാർത്തൂ, ആരാ ദൈവങ്ങളെയൊക്കെ പൂണൂലണിയിച്ചത്?"

"ദേ... ചിറ്റൂ, വെറുതെ ദൈവനിഷേധം പറയണ്ടാട്ടോ."

"ഓ, ഞാനൊന്നും പറയുന്നില്ലേ. നാലു ജാതികളിൽനിന്ന് അടർന്ന് ഉടഞ്ഞും പിരിഞ്ഞും എത്രയോ ഉപജാതികൾ. പൂണൂലിടുന്ന അബ്രാഹ്മണരില്ലേ? ഒന്നൂല്യ. ഒരു വാദത്തിനുവേണ്ടി ചോദിച്ചൂന്ന് കൂട്ടിയാൽ മതി."

"എനിക്കത്രയൊന്നും അറിഞ്ഞൂടാ ചിറ്റൂ."

"ആ... എനിക്കും അറിയില്ല്യാന്നു വെച്ചോളൂ. അമ്പലത്തിൽ ഇന്നു നടന്ന വിശേഷങ്ങൾ കണ്ടപ്പൊ വെറുതെ തോന്നിപ്പോയി. അത്ര തന്നെ. ഒന്നുകൂടി ചോദിച്ചോട്ടെ കാർത്തൂ. എല്ലാവരും ഭഗവാനെ നമസ്കരിക്കണത് എങ്ങനെയാ. കാൽക്കലോ തലയ്ക്കലോ? കാൽക്കൽതന്നെ. അതെല്ലാവർക്കുമറിയാവുന്നതല്ലേ? ഏറ്റവും താണ

ജാതിയാണ് ആ പാദങ്ങളിൽനിന്ന് ഉത്ഭവിച്ചത് എന്നാണ്; അങ്ങനെയാണെങ്കിൽ ഏറ്റവും ശ്രേഷ്ഠമായതും അതുതന്നെ."

"അതെങ്ങന്യാ ശര്യാവ്വാ? എനിക്കൊന്നും മനസ്സിലാവണില്ലാട്ടൊ."

കാർത്തു തോൽവി സമ്മതിച്ച മട്ടിൽ മാറിയിരുന്നു.

"ആ കാലുകളാണ് ഏറ്റവും മോക്ഷദായകം എന്ന് ഭക്തകവി പാടിയിട്ടുണ്ട്. എല്ലാവരേയും ഉൾക്കൊള്ളുന്ന എല്ലാവർക്കും സമീപിക്കാവുന്ന തൃപ്പാദങ്ങൾ. ഇതൊന്നും ഇവർക്ക് അറിയാഞ്ഞിട്ടാ? അറിയില്ലെന്നു നടിച്ചാൽ സ്വന്തം വ്യാഖ്യാനങ്ങളിൽ ഒതുങ്ങിക്കൂടാം. എന്തു കുത്തിത്തിരിപ്പുമുണ്ടാക്കാം. ഈശ്വരനെപ്പോലും അനുസരിക്കണ്ടല്ലോ. ങാ! പോട്ടെ. എനിക്കേതായാലും ജാതീം മതോം ഒന്നും ഒരു വിഷയമല്ല കാർത്തൂ. ഉറ്റവരെല്ലാം തള്ളിപ്പറഞ്ഞില്ലേ? നിയ്യ് പോലും കാര്യത്തോടടുക്കുമ്പൊ ഒഴിഞ്ഞുമാറീന്നു വരും. അണ്ടിയോടടുക്കുമ്പോഴേ മാങ്ങയുടെ പുളിയറിയൂ എന്നു കേട്ടിട്ടില്ലേ? എനിക്കതിൽ പരിഭവമൊന്നുമില്ല. ഒരിക്കലും സാക്ഷാൽക്കരിക്കപ്പെടാത്ത ഒരു സ്വപ്നം – (ജാത്യേതര സ്വപ്നം) അതുമായാണ് ഞാൻ ജീവിക്കുന്നത്. അതുമായിത്തന്നെ മരിക്കുകയും ചെയ്യും. ഒരാളുടെ സ്വപ്നം മറ്റൊരാൾക്കും പങ്കുവെക്കാനാവില്ല എന്ന് ഞാൻ തിരിച്ചറിഞ്ഞുകഴിഞ്ഞു."

"ചിറ്റൂ, കുറച്ചു കാലം കഴിയുമ്പോൾ ഇതൊക്കെ മാറും. എല്ലാം ശരിയാവും."

ഏതാണ്ട് ഒരു കാൽനൂറ്റാണ്ടുമുമ്പാണ് അവളത് പറഞ്ഞത്. പക്ഷേ ഇന്നും ഒന്നും മാറിയിട്ടില്ല. മാറ്റമുണ്ടായിട്ടുണ്ട് – മനുഷ്യമനസ്സുകൾക്ക് – കൂടുതൽ ഇടുങ്ങിയ ജാതിചിന്തകളിലേക്ക്, അനാചാരങ്ങളിലേക്ക്. എന്തായാലും ഇനി ഒരിക്കലും തന്റെ (ജാത്യേതര) സ്വപ്നം മറ്റൊരാൾക്കും താനായിട്ട് പങ്കുവെച്ചുകൊടുക്കില്ല, തീർച്ച. ആ തീപ്പൊരി തന്നോടുകൂടി, തന്നിൽതന്നെ അണയട്ടെ.

അവർ വരാന്തയിൽ തൂണും ചാരിയിരുന്നു. ആരൊക്കെയോ തിരക്കിട്ടു നടക്കുന്നുണ്ട്. അമ്പലത്തിൽ ദീപാരാധനയ്ക്ക് സമയമായിട്ടുണ്ടാവും. തങ്കം ഓരോരുത്തരേയും അളന്നു മുറിച്ച് ഗണിച്ചു നോക്കി. പരിചയക്കാരാരെങ്കിലും? ഉണ്ടാവാനിടയില്ല. കാലമെത്ര കഴിഞ്ഞിരിക്കുന്നു. ആര് എങ്ങനെ അറിയാൻ.

നോക്കിയിരിക്കേ, ഒരു മുത്തശ്ശി പടിക്കൽ തെല്ലൊന്നു നിന്നു. ഒപ്പം ഒരമ്മയും മകളും. എന്തിനാവോ? തങ്കം പടിക്കലേക്കിറങ്ങിച്ചെന്നു.

"ഓർമ്മയുണ്ടോ?"

തങ്കം ഒരു നിമിഷം ശങ്കിച്ചു നിന്നു. കൂടെ പഠിച്ച ആരെങ്കിലും? ഓർക്കുന്നില്ലെന്ന് എങ്ങനെ പറയും?

"മോളൊക്കെ വല്യ പഠിത്തം പഠിച്ച ആളല്ലേ. എല്ലാവരുമറിയും. അതുപോലാണോ ഞങ്ങള്? പഴയ തളരിയെ..."

മുഴുമിപ്പിക്കുന്നതിനു മുമ്പ് തങ്കം ചാടി വീണ് ഉത്തരം പറഞ്ഞു.

"പിന്നെ.... ഓർമ്മയില്ലേന്നോ?"

സ്വന്തം നിഴൽപോലും അകത്തു കടക്കാൻ അനുവദിക്കാതെ പടിക്കു പുറത്ത് ഓച്ഛാനിച്ചുനിന്ന തളരി.

"തളരീടെ മോളാ?"

"ഇത് എന്റെ മോള് സരോജനി, അവളുടെ മോളും. സരോജനി സ്കൂളിൽ പഠിപ്പിക്കുന്നു."

തങ്കം കൊച്ചുമോളുടെ നേരേ തിരിഞ്ഞു. നല്ല കൗതുകമുള്ള കുട്ടി.

"പേരെന്താ?"

പറയണോ എന്ന മട്ടിൽ അവൾ അമ്മയെ നോക്കി.

"തമ്പുരാട്ടി." സരോജനിയാണ് പേരു പറഞ്ഞത്. "അവൾക്ക് ഡോക്ടറാവണംന്നാ പറയണത്. അപ്പൊ ഇവിടെ വന്ന് ഒന്നു കാണിക്കാമെന്നു വിചാരിച്ചു."

തമ്പുരാട്ടിക്കുട്ടി! തങ്കം വാത്സല്യത്തോടെ അവളുടെ നെറുകയിൽ തലോടി. "നന്നായി വരട്ടെ."

"നട അടച്ചേണ്ടാവും, വരട്ടെ."

അവർ നടന്നുനീങ്ങി.

തങ്കം വരാന്തയിലിരിപ്പുറപ്പിച്ചു. 'തമ്പുരാട്ടി'. മനസ്സിൽ വല്ലാത്ത കോളിളക്കം. തളരിയുടെ തമ്പ്രാട്ടീ എന്ന വിളി തന്റെ കാതടയ്ക്കുന്നതുപോലെ. ഒരുതരം മധുരമായ പകരംവീട്ടലാവുമോ? ഭൗതികമായി എതിരിട്ടു തോല്പിക്കാനാവാത്ത സാഹചര്യങ്ങളെ ബൗദ്ധികമായി നേരിടുകയാവാം. ഇനി എന്നും എല്ലാവരും ഇവളെ തമ്പുരാട്ടി എന്നു വിളിച്ചേ മതിയാവൂ.

ഈ വരാന്തയിലിരുന്നു നോക്കിയാൽ അമ്പലത്തിലെ വിളക്കുകൾ കാണാം. മന്ത്രോച്ചാരണങ്ങളും നാമജപങ്ങളും കേൾക്കാം. ഇവിടെ മാത്രമാണോ? എവിടെയിരുന്നാലും വിളക്കുകൾ കാണാം - വെളിച്ചം തേടുന്നവർക്കു മാത്രം. തങ്കം സകല വിചാരങ്ങളെയും പണ്ട് തളരി കൊണ്ടുവന്നുതന്ന പൂക്കൂടയിലൊളിപ്പിച്ചുവെച്ചു. പിന്നെ കണ്ണടച്ച് കൈ കൂപ്പിയിരുന്നു.

പതിനേഴ്

അമ്മായിയെ കാണാൻ ഒരുമിച്ചാണ് പോയത്. നടക്കുന്നതിനിട യിൽ അദ്ദേഹം പറഞ്ഞു.

"തങ്കം, തന്റെ അമ്മായിക്ക് ഒരു കുഴപ്പമുണ്ട്."

"ഒരാള് വയ്യാണ്ട് കിടക്കുമ്പോഴാ ഇങ്ങനെ ഓരോ പറച്ചില്?"

തങ്കത്തിന്റെ ശുണ്ഠി അയാളെ ചിരിപ്പിച്ചു.

"പറയണത് മുഴുവൻ കേൾക്ക്. തോക്കിന്റെ ഉള്ളിൽ കേറി വെടി വെയ്ക്കാതെ."

"എന്നാപ്പിന്നെ പെട്ടെന്നു പറഞ്ഞുകൂടേ? അല്ലെങ്കിലും പണ്ടേ ഉള്ളതാണല്ലോ ഈ സ്വഭാവം."

"നല്ലതോ ചീത്തയോ?"

അയാളുടെ ചോദ്യത്തിന് അവർ കടുപ്പിച്ചു പറഞ്ഞു. "ചീത്ത."

"ഒരു കാര്യം പറയാൻ തുടങ്ങിയാൽ കേൾക്കണയാളിന്റെ ക്ഷമ യുടെ നെല്ലിപ്പലക കാണും. എനിക്കിഷ്ടമാവില്ല ഇങ്ങനെ."

"എന്നാൽ പറഞ്ഞേക്കാം." അയാൽ ചിരിച്ചു.

"നിന്റെ അമ്മായിക്ക് ഒരു കൊച്ചു ശരീരം. പക്ഷേ അതിലുള്ള മനസ്സ്... ദാ ഇത്രേം വലുത്." അയാൾ കൈ വിരിച്ച് ആംഗ്യം കാണിച്ചു.

"ഇപ്പൊ നല്ലതോ ചീത്തയോ?"

"നല്ലത്." അവർ കൊച്ചുകുട്ടിയെപ്പോലെ അയാളുടെ കൈത്ത ണ്ടയിൽ തൂങ്ങി നടന്നു.

"കല്യാണത്തിനു വന്നപ്പോൾത്തന്നെ ക്ഷീണമായിരുന്നു. ഇപ്പൊ അതിലും മോശമായീന്നാ കേട്ടത്."

"സത്യം പറയാലോ തങ്കം, തന്റെ കുടുംബത്തിൽ, ഈ നാട്ടി ലെന്നു പറഞ്ഞാലും തെറ്റില്ല, ഇത്രേം നല്ല ഒരു സ്ത്രീ - അതാണ് തന്റെ അമ്മായി."

പണ്ടേ വെളുത്ത് മെലിഞ്ഞ ദേഹം ഇപ്പോൾ വെറുമൊരു അസ്ഥി പഞ്ജരം മാത്രം. കട്ടിലിൽ ചുരുണ്ടുകൂടിക്കിടക്കുന്ന ഒരു പ്രാണൻ! അത് അവരുടെ കണ്ണുകളിലേക്ക് ചേക്കേറിയതുപോലെ.

തങ്കം കരച്ചിലടക്കാൻ പാടുപെട്ടു.

“ഇവിടെ ഇരിക്ക്.” അവർ ആംഗ്യം കാണിച്ചു. അദ്ദേഹത്തിനെ സൂക്ഷിച്ചു നോക്കി. പിന്നെ കൈനീട്ടി മെല്ലെ ഒന്നു തൊട്ടു.

“മോൻ...”

“നാളെ വരും.”

“ഇന്നലെ മുതലാണ് ഇങ്ങനെ...” അമ്മായിയുടെ രക്ഷകർ രംഗത്തു വന്നു.

തങ്കം ഒന്നും മിണ്ടാതെ കട്ടിലിൽ അവരോടു ചേർന്നിരുന്നു.

“ഇനി... എന്നാ... അറിയില്ല.”

അവരുടെ വാക്കുകൾ കഫക്കെട്ടിലുടക്കി മുറിഞ്ഞു വീണു.

“ഇല്ല. ഞാൻ പോണില്ല.”

“ഭാസി...”

“ഇവിടെത്തന്നെയുണ്ടാവും.”

അവർ കണ്ണടച്ചു കിടന്നു. തങ്കം, അമ്മായിയുടെ കൈ സ്വന്തം കൈയിലൊതുക്കി. മെല്ലെ തലോടിക്കൊണ്ടിരുന്നു.

“ഞാൻ കുറച്ചു നേരം ഇവിടെ നിക്കാമെന്നു വിചാരിക്ക്യാ. വീട്ടിൽ ഒറ്റയ്ക്ക്...”

തങ്കം ഭർത്താവിന്റെ മുഖത്തു നോക്കി.

“ആയിക്കോട്ടെ. പതുക്കെ വന്നാ മതി.”

പതിവില്ലാതെ അയാൾ അമ്മായിയുടെ കാൽ തൊട്ടു പിൻവാങ്ങി.

ആ രാത്രി തങ്കം ഉറങ്ങിയില്ല. അദ്ദേഹത്തിനെ ഉറങ്ങാനനുവദിച്ചുമില്ല. മകൻ എത്തുന്നതിനു മുമ്പ് ഒന്നും സംഭവിക്കരുതേ എന്നായിരുന്നു പ്രാർത്ഥന.

പക്ഷേ രാത്രിയുടെ അന്ത്യയാമത്തിൽ ആർക്കുവേണ്ടിയും കാത്തുകിടക്കാതെ അമ്മായി യാത്രയായി.

* * *

അകത്തളത്തിൽ പുതപ്പിച്ചു കിടത്തിയിരിക്കുന്ന രൂപം കണ്ട് ഉണ്ണി വിതുമ്പി. പിന്നെ അടുത്തു വന്ന് പറഞ്ഞു.

“അമ്മായിക്കുവേണ്ടി കർമ്മങ്ങൾ... എനിക്കും ചെയ്യണമെന്നുണ്ട്.”

തങ്കം ഓർത്തു, എന്നും സാവിത്രി അമ്മായി പറയുമായിരുന്നു. ‘നിന്റെ മോനെക്കൊണ്ട് എനിക്ക് ബലിയിടീക്കണം തങ്കം’ എന്ന്.

സമയമായപ്പോൾ ഉണ്ണിയും കുളിച്ച് ഈറനുടുത്തു വന്നു. മുങ്ങൊഴുകാലെ. വേറെയും ചിലരൊക്കെയുണ്ട്.

“സ്വജാതിയിൽനിന്നുതന്നെ ആവശ്യത്തിന് ആളുകളുണ്ട്. അതുകൊണ്ട് ഇയാൾ വേണമെന്നില്ല. ഈറൻ മാറിക്കോളൂ.” അമ്മായിയുടെ അനന്തിരവൻ സുരേശനാണ്.

ഉണ്ണി മറുവാക്കോതെ മാറിനിന്നു. താടിരോമങ്ങളിലും മാറത്തും മുത്തുകൾപോലെ തങ്ങി വെള്ളത്തുള്ളികൾ. അക്കൂട്ടത്തിൽ അവന്റെ കണ്ണുനീർത്തുള്ളികൾ ആർക്കും തിരിച്ചറിയാനായില്ല. അതിന്റെ ചൂട് അവനു മാത്രമല്ലേ അറിയൂ. ഈറൻമുണ്ടിന്റെ തുമ്പിൽ നിന്നും ഇറ്റിറ്റു വീണുകൊണ്ടിരുന്ന ജലകണങ്ങൾ അവന് സാന്ത്വനമാവുമായിരുന്നോ ആവോ!

“നമുക്ക് പോവാം മോനേ.” അദ്ദേഹം അരികിലെത്തി സ്വകാര്യം പറഞ്ഞു.

“വേണ്ടച്ഛാ. ചടങ്ങുകൾ കഴിഞ്ഞോട്ടെ. ഇല്ലെങ്കിൽ അമ്മായിയുടെ ആത്മാവ് പൊറുക്കില്ല.”

“അതെ. അത്രയ്ക്ക് മോഹമായിരുന്നു മോനെ കാണാൻ.”

“മരിക്കുന്നതിനു മുമ്പ് ഒന്നു കാണാൻകൂടി കഴിഞ്ഞില്ലല്ലോ.” ഉണ്ണിയുടെ തൊണ്ടയിടറി.

“എല്ലാം ഈശ്വരഹിതം എന്നു സമാധാനിക്കാം. ഉടുപ്പൊക്കെ മാറിക്കോളൂ. തല തോർത്തണം. വെറുതെ നിറുകയിൽ വെള്ളം താഴണ്ട. വല്ല അസുഖവും...”

“ഏയ്... അതൊന്നും സാരമില്ല. മുങ്ങിനനഞ്ഞ് ഈ നിമിഷം അമ്മായിക്ക് എന്റെ തർപ്പണമായിക്കോട്ടെ. കർമ്മിയെ തൊട്ടുനിന്നില്യാന്നുവെച്ച് നമ്മുടെ പ്രാർത്ഥന ഏൽക്കാതിരിക്കില്ലല്ലോ. അമ്മ സമാധാനമായിരിക്ക്. എല്ലാം കഴിഞ്ഞ് പോയാൽ മതി. അപ്പോഴേ ഞാനീ വേഷം മാറുന്നുള്ളൂ. ഒന്നുകൂടി കുളിച്ചിട്ട്, ഇവരുടെയൊക്കെ അന്ധവിശ്വാസം വെള്ളത്തിൽ ഒഴുക്കിക്കളഞ്ഞിട്ട്.”

വേഷം മാറി. ഉണ്ണി അച്ഛനോട് ചേർന്നിരുന്നു.

“ഒരു ചൂട് ബ്ലാക്ക് കോഫി വേണം അമ്മേ.”

മോനേക്കാൾ ദുഃഖം അച്ഛനായിരുന്നു.

"അച്ഛനാണ് ഇതിനൊക്കെ കാരണമായതെന്ന് മോന് തോന്നുന്നുണ്ടോ?"

അദ്ദേഹത്തിന്റെ സ്വരം, ഉദകക്രിയയ്ക്കു മുങ്ങിനിവർന്നതു പോലെ നനഞ്ഞുകുതിർന്നിരുന്നു.

"എന്താ അച്ഛാ ഇത്? ഞാനത്ര കൊച്ചുകുട്ടിയാണോ സങ്കടപ്പെടാൻ. ഞാനും ജീവിതം കണ്ടുകൊണ്ടിരിക്കുകയല്ലേ."

"എന്നാലും മോനേ..."

അദ്ദേഹത്തിന്റെ നിരാശയും അമർഷവും വാക്കുകൾക്കുമപ്പുറമായിരുന്നു.

"അച്ഛനൊരു കാര്യമറിയ്യോ?"

അദ്ദേഹം ഉണ്ണിയെത്തന്നെ നോക്കിയിരുന്നു. അവന്റെ വാക്കുകൾ ആ മനസ്സിൽ തട്ടിത്തെറിക്കുകയാണോ അതോ അതിലലിയുകയാണോ? തങ്കം നിശ്ശബ്ദമായി കാതോർത്തു.

"ഈ തരംതിരിവുകളും വലിപ്പച്ചെറുപ്പങ്ങളും ജാതിയുടെ പേരിൽ കാട്ടിക്കൂട്ടാതിരിക്കാൻ നമ്മുടെ ആളുകൾക്ക് കഴിയില്ലച്ഛാ. എത്ര നാളായി ഞാൻ അന്യനാട്ടിൽ. സായിപ്പിന്റെ ഭാഷ, അവരുടെ ഭരണം, ജോലി. ഈ ഹൈടെക് യുഗത്തിലും ഇവിടത്തുകാർ ഓരോരുത്തരും അവനവന്റെ മൂഢസ്വർഗ്ഗത്തിലാണ്. കോലോത്തെ തമ്പുരാക്കന്മാരും നായരും നമ്പൂരിയും എല്ലാം ഒരേ ഭക്ഷണം. അതിന് നായർ ബീഫ്, രാജചിക്കൻ എന്നൊക്കെ ദൈവം മൃഗങ്ങളെ വേർതിരിച്ചിട്ടുണ്ടോ? ഉണ്ടെന്ന ഭാവമാണ് ചിലർക്കൊക്കെ. അവിടെയും ഈ നാട്ടിലുള്ള ഓരോ ജാതിക്കും പ്രത്യേകം സംഘടനകളുണ്ട്. ജാതിയുടെ പേരിൽ കുത്തിത്തിരിപ്പും കുന്നായ്മയുമുണ്ട്. ഒട്ടും കുറവല്ല."

"ഞാൻ ഒന്നവിടംവരെ പോയിട്ടു വരാം." അദ്ദേഹം എഴുന്നേറ്റു.

ഉണ്ണി തടഞ്ഞു. "എന്തിനാ ഇനി? അമ്മായീടെ ചിതവരെ എരിഞ്ഞടങ്ങാറായിട്ടുണ്ടാവും. വേണ്ടച്ഛാ. നമുക്ക് ഈ ലോകത്തെ, ആൾക്കാരെ മാറ്റാനൊന്നുമാവില്ല. അച്ഛൻ അല്ലാതെതന്നെ തളർന്നിരിക്കുന്നു. ഇനി ഒരിടത്തും പോകണ്ട."

അദ്ദേഹത്തിന്റെ പ്രകൃതം നന്നായി അറിയാവുന്നതുകൊണ്ട് തങ്കം തടയാൻ മെനക്കെട്ടില്ല,

"അവിടെപ്പോയാ ഒന്നും രണ്ടും പറഞ്ഞ് വഴക്കോ മറ്റോ... ഒന്നും മനസ്സിൽ കൊള്ളാത്ത ആളാ."

“ഞാനും കൂടി വരാം.” ഉണ്ണിയും ഒപ്പം പുറപ്പെട്ടു.

“വേണ്ട മോനേ. ആരും വരണ്ട. എന്റെ കുട്ടിയെ അപമാനിച്ചിട്ട് അവർ... അതും എന്റെ മകനായതുകൊണ്ടു മാത്രം. അല്ലെങ്കിൽ...”

“അച്ഛാ, ഇനി അതിന്റെ പേരിൽ ഒരു വാഗ്വാദം വേണ്ട. എന്നെ അപമാനിച്ചത് ഞാൻ സഹിച്ചു എന്നു കരുതിയാൽ മതി. വഴക്കും വക്കാണവുമൊന്നും വേണ്ട.”

“ഒന്നിനുമല്ല. ഒരൊറ്റ വാക്ക്. അത്രതന്നെ. ഇല്ലെങ്കിൽ അച്ഛൻ മരിച്ചുപോവും. അത്രയ്ക്ക് വിഷമം.”

അയാൾ നടന്നു. നിറമിഴികളുമായി തങ്കം വാതിൽപ്പടിയിൽ എത്തിനിന്നു.

“ഈ അച്ഛന്റെ ഒരു കാര്യം. ഇത്രയും കാലംകൊണ്ട് തിരുത്താൻ കഴിയാത്തത് ഇനി ഒരു നിമിഷംകൊണ്ട് ഒരു വാക്കുകൊണ്ട് കഴിയുമോ?”

തങ്കം മുഖം പൊത്തി വിതുമ്പി.

“അമ്മേ...” ഉണ്ണി തങ്കത്തിനെ ആശ്വസിപ്പിക്കാൻ ശ്രമിച്ചു. എത്ര കാലമായി ഈ സങ്കടം തുടങ്ങീട്ട്. എനിക്കോർമ്മ വെച്ച നാൾ മുതൽ ഞാൻ അറിയുന്നുണ്ട്. ഇനി കരയരുത്. അച്ഛനെ ഒറ്റയ്ക്കാക്കണോ അമ്മേ. നമുക്ക് ഒന്നവിടംവരെ ചെല്ലാം.”

തങ്കത്തിന്റെ നെഞ്ചിടിപ്പ് അവർക്കുതന്നെ സഹിക്കാവുന്നതിലും അധികമായി. മകന്റെ കൈപിടിച്ച് വീണ്ടും ആ വീട്ടിലേക്കു കയറുമ്പോൾ അവർ സ്വന്തം ഹൃദയത്തെ ശാസിച്ചു. ഒന്നു നിർത്തുന്നുണ്ടോ. വയ്യ! എനിക്കിനി ഒന്നും വയ്യാതായിരിക്കുന്നു.

എന്താവും അദ്ദേഹം പറയാൻ പോകുന്നത്? ശരിയാണെന്ന് തനിക്ക് തോന്നുന്നതു മാത്രം ചെയ്തു ശീലിച്ച ആളാണ്.

ഭാഗ്യം! ഉമ്മറത്ത് തിരക്കൊഴിഞ്ഞിരിക്കുന്നു. അവർ അകത്തു നടക്കുന്ന സംഭാഷണത്തിനു ചെവിയോർത്തു നിന്നു.

“സുരേശന്നായരേ...”

അങ്ങനെ ഒരു സംബോധന മുമ്പൊരിക്കലും ഉണ്ടായിട്ടില്ലല്ലോ എന്ന് തങ്കം അത്ഭുതപ്പെട്ടു. അയാൾ തുടർന്നു. “ഞാൻ തങ്കത്തിന്റെ ഭർത്താവ്. അവളുടെ മകന്റെ അച്ഛൻ - നായരല്ല.”

മറുവശത്ത് കേവലം മൗനം മാത്രം.

പകരം ചോദിക്കാനല്ല വന്നത്. എന്താവും അദ്ദേഹം ഇനി പറയുക? തങ്കം ശ്വാസമടക്കിപ്പിടിച്ചു നിന്നു.

“ഇന്നോ നാളെയോ ഈ ആയുസ്സു തീരും. മരിച്ചാൽപിന്നെ ജാതിയുണ്ടോ നായരേ? അതൊന്ന് ഓർമ്മിപ്പിക്കാനാണ് വന്നത്.”

പുറത്തിറങ്ങുമ്പോൾ അയാൾ വല്ലാതെ കിതയ്ക്കുന്നുണ്ടായിരുന്നു.

“മോനേ... അച്ഛൻ...”

മകന്റെ കൈ പിടിച്ച് വീട്ടിലേക്കു നടക്കുമ്പോൾ അയാൾ മനസ്സിൽ കുറിച്ചു, “ഇനി സമാധാനമായി മരിക്കാം. ഭാഗ്യം! ഇതുവരെ ജാതി മറന്നു ജീവിച്ചു, ഇനിയും അങ്ങനെതന്നെ, മരിക്കുവോളം.”

“അച്ഛൻ നന്നായി വിയർക്കുന്നുണ്ടല്ലോ.” ഉണ്ണി അദ്ദേഹത്തെ കട്ടിലിലിരുത്തി. “ആകെ തളർന്നിരിക്കുന്നു.”

“ഇത്തിരി കെടന്നോളൂ.” തങ്കം അരികിൽ ചേർന്നിരുന്നു.

പതിനെട്ട്

മനസ്സ് ഒരു പൂരപ്പറമ്പുപോലെ - പല പല ശബ്ദങ്ങൾ ഉച്ചഭാഷിണിയുടെ മുഴക്കങ്ങൾ, വെടിക്കെട്ടുകൾ. ആകെ മുഖരിതമായതു പോലെ. എത്ര ആലോചിച്ചിട്ടും ഉത്തരം കിട്ടാത്ത ചോദ്യങ്ങൾ. എന്തിന്, എന്തിനാണ് ആ വീട്ടിൽ താൻ ഇത്രമാത്രം അപമാനിക്കപ്പെട്ടത്? ഈ അവഗണന തനിക്ക് എന്നെങ്കിലും മറക്കാനാവുമോ? അത്രയ്ക്ക് നാണംകെട്ടുപോയില്ലേ?

അച്ഛൻ ചെയ്തതിൽ തെറ്റു പറയാനാവില്ല. അതു തന്നെയാണ് ശരി എന്ന് തനിക്കുമറിയാം. എത്ര കാലമായി ഈ നിന്ദയും ആക്ഷേപങ്ങളും അവഹേളനങ്ങളും. ആത്മാഭിമാനം ഒരു കൂട്ടർക്കു മാത്രമുള്ളതല്ലല്ലോ. എന്നെങ്കിലുമൊരിക്കൽ താൻതന്നെ ഇതു പറയണമെന്ന് വിചാരിച്ചതുമാണ്. പക്ഷേ, അച്ഛൻ... അല്ലെങ്കിൽതന്നെ വേണ്ടത്ര ആരോഗ്യപ്രശ്നങ്ങളുണ്ട്. അതിന്റെ കൂടെ ഇന്നത്തെ ഈ പ്രശ്നവും. ഇനി എന്തൊക്കെയാണോ ആവോ.

ഉത്തരം മുട്ടിക്കുന്ന നിരവധി ചോദ്യങ്ങളുടെയിടയിൽ ഉണ്ണി വരാന്തയിൽ അങ്ങോട്ടുമിങ്ങോട്ടും നടന്നു. എന്തെങ്കിലുമൊരുത്തരം - ഒരു പരിഹാരം കണ്ടെത്താൻ പഴുതന്വേഷിക്കുന്നതുപോലെ.

വരാന്തയിൽ അസ്വസ്ഥനായി ഉലാത്തുന്ന മകനെ ഇമയിളകാതെ നോക്കിനുന്നു തങ്കം. 'എന്റെ കുട്ടി എത്രമാത്രം അപമാനിക്കപ്പെട്ടു. അതിനു കാരണം തന്റെ വീണ്ടുവിചാരമില്ലായ്മ തന്നെയല്ലേ.' തങ്കത്തിന് തന്നെത്തന്നെ ഉൾക്കൊള്ളാനാവാത്തപോലെ - പശ്ചാത്താപമോ അതോ കുറ്റബോധമോ, ഏതു വികാരമാണ് തന്നെ അടിമപ്പെടുത്തിയത് എന്നുപോലും തിരിച്ചറിയാനാവാത്തതുപോലെ.

അവനെന്തായിരിക്കും ഇത്രമാത്രം ആലോചിക്കുന്നത്. അച്ഛൻ അമ്മായിയുടെ വീട്ടിൽ പോയത് തീരെ ഇഷ്ടപ്പെട്ടില്ല എന്നാവുമോ? അതിൽ അച്ഛനോട് വിരോധമുണ്ടാവുമോ? അദ്ദേഹത്തിന്റെ

ഓർമ്മയിൽ തങ്കത്തിന്റെ മനസ്സലിഞ്ഞു. ശുദ്ധമനസ്കൻ! ഉള്ളിലൊന്ന്, പുറത്ത് മറ്റൊന്ന്. പിന്നെ വാക്കുകളിൽ മൂന്നാമതൊന്ന് - ഇതൊന്നും അദ്ദേഹത്തിന് ശീലമില്ല. ഉള്ളിലടക്കാനും അറിയില്ല.

"മോനേ...." അവരുടെ സ്വരം ആർദ്രമായി, ഈറനായി.

"അച്ഛൻ..." ഉണ്ണി നടത്തം നിർത്തി. "അച്ഛനുറങ്ങിയോ?"

"ഇല്ല. എന്തെന്നില്ലാത്ത ക്ഷീണം. എഴുന്നേറ്റിട്ടില്ല. ഈ പ്രായത്തിനിടയിൽ ഒരിക്കലും ഇങ്ങനെ കണ്ടിട്ടില്ല. ആകെ തകർന്ന്, തളർന്ന്... നിന്നെ അന്വേഷിക്കുന്നുണ്ട്. എന്തോ പറയാനുണ്ട് എന്ന്."

'എന്താവാം അച്ഛന് തന്നോട് പറയാനുള്ളത്?' ഉണ്ണി അകത്തേക്കു നടന്നു.

"നിനക്ക് വിഷമമായി അല്ലേ? ഒന്നും മനപ്പൂർവ്വമല്ല. നിന്നെ അപമാനിക്കുന്നത് കണ്ടുനിൽക്കാൻ കഴിഞ്ഞില്ല മോനേ."

"അച്ഛൻ പറഞ്ഞത് സത്യമാണ്. എന്നെങ്കിലും പറയുകതന്നെ വേണം. പക്ഷേ, വെറുതെ ദുഃഖിക്കാമെന്നല്ലാതെ എന്തു പ്രയോജനം? കാലം എത്ര മാറിയാലും. ഒരിക്കലും മാറാത്ത, മാറാനിഷ്ടമില്ലാത്ത മനസ്സുകൾ - അവരെ നമ്മൾ എങ്ങനെ നന്നാക്കിയെടുക്കും? പിന്നെ.... അച്ഛാ, എനിക്ക് വാശിയായിരുന്നു. മധുരമായ ഒരുതരം പ്രതിഷേധം. അതാ ഞാൻ അവിടെത്തന്നെ."

"എല്ലാത്തിനും കാരണം അച്ഛനാണന്നു തോന്നുന്നുണ്ടോ? ഇപ്പൊ ഇന്ന് അച്ഛനു തോന്നുന്നുണ്ട്, ഒന്നും വേണ്ടീരുന്നില്ല എന്ന്. എങ്കിൽ, നിന്റെ അമ്മ... ഇങ്ങനെ ഒരു കല്യാണം - ഒന്നും നടക്കില്ലായിരുന്നല്ലോ."

"എന്താദ്, അച്ഛൻ വല്ലാതെ വിഷമിക്കുന്നുണ്ട്. നമുക്ക് എല്ലാം മറക്കാം. ഒന്നുമൊന്നും ഓർക്കാതെ. പറയണവർക്ക് തീരെ വിവരമില്ല എന്നു കരുതിയാൽ മതി. കുണ്ടിൽ കിടക്കുന്ന തവളകൾ. അവരുടേത് ചെറിയ ഒരു ലോകം. നമുക്ക് അത് കഴിയുമോ? വലിയ ചിന്തകൾ, ആദർശങ്ങൾ, സ്വപ്നങ്ങൾ. എനിക്ക് സങ്കടമില്ലച്ഛാ. അഭിമാനമുണ്ട്."

"പക്ഷേ ഈ ജാതിഭ്രാന്ത്. അത് മാറില്ല കുട്ടാ."

"മാറണ്ട. വേണമെന്നുള്ളവർ ആഘോഷിക്കട്ടെ. എന്തായാലും നമുക്കതു വേണ്ടച്ഛാ."

"മോനിവിടെ ഇത്തിരി ഇരിക്ക്. തങ്കം, ഞാനൊന്നു കിടക്കട്ടെ. നെഞ്ചിൽ എന്തോ ഒരു വിഷമം. സമയമായി എന്ന തോന്നൽ. ആകെ കുഴഞ്ഞുപോവുന്നു. കണ്ണു മിഴിയുന്നില്ല."

“വെറുതെ ഓരോന്ന് ആലോചിച്ച് ഒന്നും വരുത്തിവെയ്ക്കരുത്ട്ടോ.” തങ്കം ശാസിച്ചു.

അയാൾ കട്ടിലിൽ തളർന്നു കിടന്നു. കണ്ണുകൾ പൂട്ടി.

“മോനേ... അച്ഛൻ... എന്തോ ബുദ്ധിമുട്ടുണ്ട്. ഇങ്ങനെ കണ്ടിട്ടില്ലാട്ടൊ.”

“അപ്പുറത്ത് കാർത്തുവും ദാമുവുമുണ്ട്. ഒന്നു പറയൂ. ഹോസ്പിറ്റലിൽ പോകണോ?” അവർ അയാളെ വിളിച്ചുണർത്താൻ ശ്രമിച്ചു.

ദാമുവിന്റെ വണ്ടിയിൽ ഹോസ്പിറ്റലിലേക്ക് പാഞ്ഞു. അപ്പോഴേക്കും അനന്തമായ യാത്രാവഴിയിൽ അദ്ദേഹം എത്രയോ ദൂരം പിന്നിട്ടുകഴിഞ്ഞിരുന്നു.

* * *

നിറഞ്ഞു കത്തിനിന്ന പൂത്തിരി പെട്ടെന്ന് അണഞ്ഞതുപോലെ. എങ്ങും ഇരുട്ട് കട്ടപിടിച്ചു കിടന്നു. തങ്കം അസ്തപ്രജ്ഞയായി ഇരുന്നു. ആരൊക്കെയോ തിക്കിത്തിരക്കി എത്തിയിട്ടുണ്ട്. ആര്, എന്തിന്... തങ്കത്തിന്റെ മനസ്സും ബുദ്ധിയും മരവിച്ചുകഴിഞ്ഞിരുന്നു.

“നിലത്തിറക്കണ്ടേ?” ആരോ പ്രമാണിത്തം ചൊല്ലി. അത് അദ്ദേഹത്തിന് ഒട്ടും ഇഷ്ടമാവില്ലെന്ന് തനിക്കറിയാം. എങ്കിലും ഈ സമയത്ത് മുഷിച്ചിലുണ്ടാക്കണ്ടല്ലോ.

“നമുക്ക് വീട്ടിൽ പോകാം. അതല്ലേ നല്ലത്. ഇവിടെ അച്ഛന് അത്ര ഇഷ്ടമാവുമോ അമ്മേ?” ഉണ്ണി വിതുമ്പി. കരയാതിരിക്കാൻ അവൻ ഏറെ കഷ്ടപ്പെടുന്നുണ്ടെന്ന് തങ്കത്തിനറിയാമായിരുന്നു.

ഒരു തീരുമാനമെടുക്കാൻ കഴിയുന്നില്ലല്ലോ. തങ്കം കുഴങ്ങി. “തന്റെ മണ്ണാണ്, ഇവിടെ ആയാൽ നന്നായിരുന്നു. ഇനി ഇവിടന്നെങ്ങോട്ടും പോവുകയും വേണ്ടല്ലോ.”

ആ മുഖത്ത് തികഞ്ഞ ശാന്തി, ഒരു നേരിയ പ്രകാശം ചുണ്ടുകളിൽ ചിരി പരത്തുന്നതുപോലെ. തങ്കത്തിന് കലഹിക്കാനാണ് തോന്നിയത്. എല്ലാ തീരുമാനങ്ങളും എനിക്കു മാത്രമായി വിട്ടിട്ട്, യാത്രയായിരിക്കുകയല്ലേ. ഇന്നോളം ഒന്നും ഞാൻ തന്നത്താൻ തീരുമാനിച്ചിട്ടില്ല. ‘എന്താ വേണ്ടേന്ന് വച്ചാ ചെയ്തോളൂ.’ എന്നും തന്റെ പല്ലവി അതു മാത്രമായിരുന്നല്ലോ.

നിലത്തിറക്കി കിടത്താൻ കാണിച്ച ശുഷ്കാന്തി, അതിനപ്പുറം ആരിലും ഒന്നും കണ്ടില്ല. എവിടെയോ എന്തൊക്കെയോ ഒരു മുറുമുറുപ്പ്. കരപ്രമാണി ശേഖരൻനായർ ശാന്തേടത്തിയുമായി സംസാരിക്കുന്നതു കണ്ടു. എല്ലാ മുഖങ്ങളിലും സംശയങ്ങൾ, ആശങ്കകൾ.

നാട്ടുനടപ്പനുസരിച്ച് എല്ലാം ഒരുക്കാനുള്ള ഏർപ്പാടാണെന്നേ കരുതിയുള്ളൂ. തനിക്കാണെങ്കിൽ ഈ വക കാര്യങ്ങളിലൊന്നും ഒരു പരിചയവുമില്ലതാനും. നാട്ടിലെ എല്ലാ കാര്യങ്ങളിലും ശേഖരൻ നായർക്കാണ് മേൽക്കോയ്മ; കല്യാണമായാലും മരണമായാലും.

സമയം പുറകോട്ടു പോവുകയാണെന്നു തോന്നി. തങ്കം ഇരുന്നയിടത്തുനിന്നും എഴുന്നേറ്റു. ശാന്തേടത്തിയുടെ കൈയിൽ പിടിച്ച് ആ മുഖത്തേക്കു നോക്കി.

"എന്താ താമസം? എന്തെങ്കിലും പ്രശ്നം?"

ഏടത്തിയുടെ മൗനം തങ്കത്തിനെ കൂടുതൽ കുഴക്കി.

ശേഖരൻനായർ മറ്റാരോടോ കുശുകുശുക്കുന്നതു കേട്ടു, "അതേയ്... എങ്ങനെയാ കർമ്മം നടത്തണത്? ഏതു ജാതിയുടെ?"

"എളയത് എന്തായാലും വരില്ല. തന്നെയല്ല, ആ മുത്തശ്ശനെ എങ്ങനെ വിളിക്കും, അടി കിട്ടണ കേസല്ലേ."

"ശേഖരനോപ്പേ ഒന്നു പതുക്കെ." ശാന്തേടത്തീടെ താക്കീത്.

"ചീര്യേൻപോലും വരില്ല. താഴ്ന്നതാണെങ്കിലും അയാളും നായരുതന്നെയാണേ."

"ഏയ്, ഇതൊന്നും ഇവിടെ ശരിയാവില്ല. അവരുടെ സ്ഥലത്തു തന്നെ കൊണ്ടുപോവണതാ നല്ലത്. പട്ടണമാവുമ്പൊ ഇങ്ങനെ പ്രശ്നങ്ങളുണ്ടാവില്ലായിരിക്കും."

"ഇനീപ്പൊ എന്താ ചെയ്യണേ. പിന്നേ... ശേഖരനോപ്പേ ഒരു പരിഹാരം വേണല്ലോ."

"നമ്മുടെ തേയീടെ കൊച്ചുമോൻ ഒരുത്തനുണ്ട്. അയാൾക്ക് ചിലതൊക്കെ വശമുണ്ട്. അവരുടെ കൂട്ടത്തിൽ കർമ്മം ചെയ്യുന്നത് അയാളാ. കുഞ്ഞിച്ചെക്കൻ. അയാളെ ഒന്നു വിളിച്ചാലോ. ജാതിയനുസരിച്ച് വേണ്ടത് ചെയ്യാലോ."

"ഛെ! കുഞ്ഞിച്ചെക്കനോ? ഇതിലും വല്യ നാണക്കേട് വേറേണ്ടോ?"

ശാന്തേടത്തിയുടെ ധർമ്മസങ്കടം തനിക്ക് നന്നായി മനസ്സിലാവുന്നുണ്ടായിരുന്നു. മനസ്സിൽ ഇതുവരെ തോന്നിയിരുന്ന അനിശ്ചിതത്വം-അനാഥത്വം എല്ലാം ഉരുകിയൊലിച്ചുതീർന്നതുപോലെ. എന്തോ നിശ്ചയിച്ച് ഉറപ്പിച്ച മട്ടിൽ അവർ പുറത്തേക്കിറങ്ങി. അപ്പോഴെല്ലാം മനസ്സ് ഉരുവിട്ടുകൊണ്ടിരുന്ന ഒരേ ഒരു മന്ത്രം: ജാതി, ജാതി മാത്രം. മരണത്തിനും മരണാനന്തരകർമ്മങ്ങൾക്കും ജാതിയുണ്ടോ? മരിക്കാത്തതായി ഒന്നേയുള്ളൂ. ജാതിചിന്ത. അത് തനിക്ക് ബോദ്ധ്യമായി വരുന്നത് തങ്കം തിരിച്ചറിഞ്ഞു. ജാതിക്ക് മരണമില്ല, ഉയിർപ്പും.

ഉണ്ണി ആരോടൊക്കെയോ എന്തൊക്കെയോ ചർച്ചയിലാണ്. അവനും ആകെ ആശയക്കുഴപ്പത്തിലാണെന്നു തോന്നി.

“മോനേ...” അവർ വിളിച്ചു. പിന്നെ പതുക്കെ പറഞ്ഞു. “ഇവിടെ മരിക്കുന്നതും ജനിക്കുന്നതും ജീവിക്കുന്നതും ജാതി മാത്രമാണ്. മനുഷ്യരല്ല. നമുക്ക് കർമ്മങ്ങൾ വേണ്ട.”

“അമ്മേ...” അയാളുടെ തൊണ്ട വരണ്ടിരുന്നു. “നമുക്ക് ഇവിടെ വേണ്ടാന്നുവെയ്ക്കാം. അങ്ങ് പോവാം. അവിടെ ചെന്നിട്ട് തീരുമാനിക്കാം. ഒന്നുമില്ലെങ്കിലും അച്ഛനുമമ്മയും ഇത്രകാലവും ജീവിച്ച പട്ടണമല്ലേ.”

‘‘വേണ്ട മോനേ. എവിടെയായാലും ഈ സമസ്യയ്ക്ക് വ്യത്യാസമുണ്ടാവില്ല. മോനൊന്ന് ഗൂഗിൾ ചെയ്ത് നോക്ക്. പൊതുശ്മശാനം. കൃത്യമായ സ്ഥലം, ദൂരം, സമയം എല്ലാം. പിന്നെ ആംബുലൻസ് ഏർപ്പാടാക്കുകയും വേണം.”

കണ്ണീരുണങ്ങിയിരിക്കുന്നു. വരണ്ട ചുണ്ടിൽ നാമജപവുമായി ആംബുലൻസിലേക്കു കയറുമ്പോൾ തങ്കത്തിന്റെ ചിന്തകളിൽ ഒരു ചിത ആളിക്കത്തുകയായിരുന്നു. അവിടെ, ഉദകക്രിയകളില്ലാതെ, മന്ത്രങ്ങളും ആവാഹാനങ്ങളുമില്ലാതെ പ്രപഞ്ചത്തിലലിയുന്ന ജീവാത്മാവ്.

ആരാണിതെല്ലാം നിശ്ചയിക്കുന്നതും നടപ്പാക്കുന്നതും? കാലത്തിന്റെ നീതിയും വിധിയും ആരാണ് തീർപ്പാക്കുന്നത്, ആർക്കാണധികാരം? ജീർണിച്ച് മണ്ണിലലിയാൻ, അല്ലെങ്കിൽ കത്തിക്കരിഞ്ഞ് ഒരു പിടി ചാരമായി കടലിലലിയാൻ, ഈ ഭൗതികദേഹത്തിന് മന്ത്രതന്ത്രങ്ങളുടെ ബലം വേണമെന്ന് ആരാണ് കല്പിച്ചത്? ജീർണ്ണിച്ച വസ്ത്രം മാറ്റി, പുതിയ ഉടുപ്പിലേക്ക്, പഴയ മൺകൂട് ഉടച്ച് പുതിയതിലേക്ക് ഒരു മാറ്റം - അത് ആത്മാവിന്റെ മാത്രം ബലം. മന്ത്രങ്ങളും കർമ്മങ്ങളും ചേമ്പിലയിലെ വെള്ളംപോലെ. കർമ്മം ആരു ചെയ്താലും - എളയതായാലും തിയ്യനായാലും ഒന്നുപോലെ. പകരം തന്റെ പ്രാർത്ഥനയായാലും.

ക്രിമറ്റോറിയത്തിൽ വീണ്ടും അതേ ചോദ്യം. “കർമ്മങ്ങൾ വല്ലതും? ഏതു ജാതിയുടെ രീതിയിൽ?”

ഒരു പേടിസ്വപ്നം തന്നെ പിൻതുടരുന്ന മട്ടിൽ തങ്കം ഞെട്ടിപ്പോയി.

“വേണ്ട.” സ്വരത്തിന് കടുപ്പം കൂടിയോ?

എല്ലാം ചെയ്തുകഴിഞ്ഞിരിക്കുന്നു. എല്ലാ കർമ്മങ്ങളുടെയും അവസാനം.

അവിടന്ന് ഒരുപിടി ചാരം. നേരെ പുഴയിലേക്ക്.

മുങ്ങി നിവർന്നപ്പോൾ തന്റെ മനസ്സിലെ അഗ്നിയും കെട്ടടങ്ങിയ പ്രതീതി. ചാരം തേച്ച് മിനുക്കി തിളക്കിയ വാൽക്കണ്ണാടിയായി മനസ്സ്. പരിഭവത്തിന്റെ പരാതിയുടെ കറയില്ലാതെ.

തിരിച്ചു വീട്ടിലെത്തുമ്പോൾ ശാന്തേടത്തിയും കാർത്തുവും വരാന്തയിൽതന്നെ കാത്തിരിക്കുന്നുണ്ടായിരുന്നു. ഒരു നിമിഷം; നേരിയ ഒരാതുരത ഹൃദയത്തെ പൊതിഞ്ഞു. ഏറെ മോഹങ്ങളുണ്ടായിരുന്നു. വേരുകൾ നഷ്ടപ്പെടാതെ ഈ മണ്ണിൽ വീണ്ടും കിളിർക്കണമെന്നും തഴയ്ക്കണമെന്നും. പക്ഷേ.. അതിന്റെ കടയ്ക്കൽ തന്നെ കത്തിവെയ്ക്കപ്പെട്ടിരിക്കുന്നു. വേരറ്റ്, കടപുഴകിയ മരം പോലെ സ്വപ്നം - ഇനി അത് ചിതലരിച്ചോട്ടെ.

വീട് പൂട്ടിയിറങ്ങുമ്പോൾ ഏടത്തിയുടെ ചോദ്യം, “ഇപ്പൊത്തന്നെ പോണോ? ഇനി എന്നാ?”

“പോണം.”

ഇനി ഒരു മടക്കം... അതുണ്ടാവില്ലെന്ന് മനസ്സ് ആവർത്തിച്ചുരുവിട്ടു. പക്ഷേ എങ്ങനെ മുഖത്തുനോക്കി പറയും.

“എന്നാലും ചിറ്റൂ...” കാർത്തു തൊട്ടുതൊട്ടു നിന്നു. “എങ്ങനെ ഇതൊക്കെ സഹിക്കുന്നു. എനിക്കാലോചിക്കാൻകൂടി വയ്യ.” അവൾ വിതുമ്പി.

“ദാ... ഇങ്ങനെത്തന്നെ.”

തന്റെ മറുപടിക്ക് അവളെ ചിരിപ്പിക്കാൻ കഴിഞ്ഞില്ല. പകരം അവൾ തങ്കത്തിനെ കെട്ടിപ്പിടിച്ചു പൊട്ടിക്കരഞ്ഞു.

താക്കോൽ മകനു നീട്ടിയപ്പോൾ അവന്റെ മുഖത്ത് അമ്പരപ്പ്.

“ഇത്... എനിക്ക്? അതും അന്യനാട്ടിൽ. ഈ വീട്ടിലേക്ക് ഇനിയെന്നെങ്കിലും... അറിയില്ല. അമ്മതന്നെ വെച്ചോളൂ.”

“പോണവഴിക്ക് ആശ്രമത്തിലൊന്നു കേറീട്ടു പോവാം.”

അമ്മയുടെ ഉള്ള് നന്നായറിയാവുന്നതുകൊണ്ട് ഉണ്ണി ഒപ്പം നിന്നു.

ആശ്രമത്തിലെത്തി. അമ്മയെ കണ്ടു വണങ്ങി.

“കർമ്മം തീരുമ്പോൾ തിരിച്ചുപോയേ പറ്റൂ. കൃമിയായാലും ഋഷിയായാലും. ഒരേ പാതയിൽ, ഒരേ ലക്ഷ്യത്തിലേക്ക്. ജാതകർമ്മവും ശ്രാദ്ധവുംകൊണ്ട് ആരും ആരുമാവുന്നില്ല, തങ്കം. ആത്മാവിന് എല്ലാം ഒരുപോലെ.”

ഇറങ്ങാൻനേരം താക്കോൽ അവരെ ഏല്പിച്ചു.

“ജാതിമത ഭേദങ്ങളലട്ടാത്ത ഒരഭയകേന്ദ്രം. അതാണ് മനസ്സിൽ. ഇനിയെല്ലാം ഉണ്ണി നോക്കിക്കോളും.”

കാറിന്റെ സീറ്റ് പുറകോട്ട് വലിച്ചു നിർത്തിയിട്ട് തങ്കം ചാരിക്കിടന്നു. നേരിയ കുളുർമ്മയുള്ള കാറ്റിൽ അടഞ്ഞുപോവുന്ന കണ്ണുകൾ പാടുപെട്ടു തുറന്നുവെച്ചു. അവർ ഓർമ്മകൾക്ക് തടയണ തീർത്തു. കണ്ടൻ കോരനും തളരിയും അതിൽ തങ്ങി മാറിനിന്നു. കാലത്തിന്റെ ഒഴുക്കിൽ പലതും ഓരത്ത് അടിഞ്ഞുകൂടിക്കിടക്കുന്നു. ചിലതെല്ലാം എന്നന്നേക്കുമായി ഒലിച്ചുപോയിക്കഴിഞ്ഞു.

കണ്ടൻ കോരന്റെയും തളരിയുടെയും ഇളംതലമുറകളിൽ തമ്പുരാട്ടിമാരും വർമ്മമാരുമുണ്ടായി. കേവലം പേരുകളിൽ മാത്രം. അഭിജാതരെന്ന് സ്വയം സങ്കല്പിച്ച ദുരഭിമാനികൾ സ്വന്തം പേരും തറവാടിന്റെ മേൽവിലാസവും പൂർവ്വികപ്രതാപങ്ങളും ചേർത്തുവെച്ച് ഇളമുറക്കാരുടെ പേരുകൾ വലിച്ചുനീട്ടി തോരണം ചാർത്തി.

ജാതികളും ഉപജാതികളും മതങ്ങളും ആചാരങ്ങളും എല്ലാം ചേർന്നൊരു വിശ്വരൂപം, ദേശവും കാലവും നിറഞ്ഞ്...

ഈ ജീവിതം മുഴുവനും ഒരിക്കലും സാക്ഷാൽക്കരിക്കപ്പെടാത്ത ഒരു സ്വപ്നത്തിന്റെ പിന്നാലെ അലഞ്ഞല്ലോ എന്ന മൗഢ്യം തങ്കത്തിനെ ഒട്ടൊന്നു മാറ്റി ചിന്തിപ്പിച്ചു. അല്ലെങ്കിലും സ്വപ്നങ്ങൾക്ക് യാതൊരു ഔചിത്യവുമില്ലല്ലോ. പിന്നിലേക്കൊഴുകുന്ന പുഴ ഒരിക്കലും കടലിലെത്തുകയുമില്ല എന്ന പരമാർത്ഥതത്വമറിഞ്ഞ ചാരിതാർത്ഥ്യത്തിൽ ഒരു വിളറിയ പുഞ്ചിരി അവരുടെ ചുണ്ടിൽ തങ്ങിനിന്നു.

“അമ്മാ, ആർ യൂ ഓക്കെ? ഹോപ് യു ഫീൽ ബെറ്റർ നൗ.”

അവൻ തന്റെ മുഖഭാവം, അതിന്റെ മാറ്റം ശ്രദ്ധിച്ചിട്ടുണ്ടാവുമോ? എന്തോ വലിയ ഒരു ഭാരം ഇറക്കിവെച്ച ആശ്വാസത്തിൽ അവർ കണ്ണടച്ചു കിടന്നു. മയക്കം തഴുകുന്നതിനിടയിലും ഉണ്ണിയുടെ ചോദ്യത്തിന് മറുപടി പറയാൻ തങ്കം മറന്നില്ല.

“അതെ... ഫാർ ബെറ്റർ.”

■